越南人學華語

Thông thạo tiếng Hoa nơi làm việc

職場華語通

文藻外語大學　應用華語文系　主編

前　言

　　本書是為越南初級華語學習者特別打造的華語學習教材，對象鎖定為台商公司的越籍員工。多年來台商對越南的投資金額十分龐大，一直是越南經濟發展中不可或缺的重要夥伴，在台商公司裡，有時為了方便溝通管理，不少台商雇主會鼓勵越籍員工學習華語，也因此造就了具有發展潛力的職場華語學習市場，然而適合特定情境的華語教材卻極為罕見。本書是文藻外語大學應用華語文系根據越南台商公司特有的情境所編寫的教材，全書在主題與詞彙的選用等方面，均根據台商公司員工的需求而設計，屬客製化教材。本書側重於口語的學習，採漢語拼音與越南語標示，適合越南初級華語學習者上課或自學之用。

文藻外語大學應用華語文系

LỜI NÓI ĐẦU

Những năm gần đây Đài Loan là một trong những khu vực có đầu tư trực tiếp lớn vào Việt Nam, đã và đang là đối tác quan trọng trong sự phát triển kinh tế của Việt Nam. Hiện nay, trong các công ty Đài Loan tại Việt Nam, có rất nhiều chủ doanh nghiệp không ngừng động viên công nhân viên học tiếng Trung để tạo thuận lợi trong giao tiếp và quản lí, cũng vì muốn có được một thị trường học tiếng Trung đầy tiềm năng nhưng vì giáo trình tiếng Trung theo tình huống phù hợp với môi trường này lại quá ít ỏi.

Quyển giáo trình tiếng Trung này được biên soạn dành cho người học tiếng Trung sơ cấp hoặc tự học, đối tượng chủ yếu là công nhân viên người Việt Nam trong các công ty Đài Loan. Quyển sách này được Khoa Ứng dụng tiếng Trung của trường Đại học Ngoại ngữ Văn Tảo Đài Loan soạn thảo dựa trên tình hình thực tế của các công ty Đài Loan tại Việt Nam, chủ đề và từ vựng được lựa chọn phù hợp với công việc và môi trường làm việc trong công ty Đài Loan. Giáo trình này chú trọng vào thực hành kĩ năng nói cho công nhân viên người Việt Nam. Ngoài ra, chúng tôi còn sử dụng phiên âm tiếng Trung quốc tế và chú thích tiếng Việt để tạo thuận lợi cho người học.

Trong quá trình biên soạn chắc chắn không thể tránh khỏi nhiều sai sót, chúng tôi rất mong bạn đọc đóng góp ý kiến để quyển sách ngày càng hoàn thiện hơn. Xin chân thành cảm ơn và chúc các bạn học tốt!

Khoa Ứng dụng tiếng Trung
Trường Đại học Ngoại ngữ Văn Tảo

May 2012, Mimi Liu

I. Số

1	2	3	4	5	6	7	8	9	10
yī	èr	sān	sì	wǔ	liù	qī	bā	jiǔ	shí

Phụ âm: s, l, q, b, j, sh,
Nguyên âm: i, er, an, a, (-i,) u, iu

Bốn thanh: 1st tone: 5-5
          2nd tone: 3-5
          3rd tone: 2-1-4
          4th tone: 5-1

II. Động từ

pǎo	跑	chạy		dài	戴	đeo
dǎ	打	đánh		guà	掛	treo
tī	踢	đá		mō	摸	chạm
fēi	飛	bay		ná	拿	để có
chī	吃	ăn		tuī	推	đẩy
hē	喝	uống		zhàn	站	đứng
qīn	親	hôn (=吻/wěn/)		zuò	坐	ngồi
kū	哭	kêu		dūn	蹲	ngồi xổm
xiào	笑	cười		xiě	寫	viết

Phụ âm: p, d, t, ch, h, f, k, x, g, m, n, zh, z
Nguyên âm: ao, e, in, ei, iao, ua, ai, o, ui, an, uo, un, ie

III. Cái gì đó:

mén	門	cửa
chuāng	窗	cửa sổ
dēng	燈	ánh sáng, đèn
ròu	肉	thịt
yú	魚	cá
cài	菜	thực vật; món ăn
lǜ	綠	xanh
hóng	紅	màu đỏ

Phụ âm: r, c
Nguyên âm: en, ang, eng, ou, ü, ai, ong

Rénwù jièshào (Giới thiệu nhân vật)
人物 介紹

Hoàng Thiên Tứ, 54 tuổi, người Đài Loan, Chủ tịch Hội đồng quản trị công ty cổ phần trách nhiệm hữu hạn Việt Long.

Huáng Tiāncì, 54 suì, Táiwānrén,
Yuèlóng gǔfèn yǒuxiàn gōngsī dǒngshìzhǎng.
黃天賜，54 歲，台灣人，越隆股份有限公司董事長。

Trần Vạn Lực, 41 tuổi, người Đài Loan, chủ nhiệm bộ phận sản xuất công ty cổ phần trách nhiệm hữu hạn Việt Long.

Chén Wànlì, 41 suì, Táiwānrén,
Yuèlóng gǔfèn yǒuxiàn gōngsī shēngchǎn bù zhǔrèn.
陳萬立，41 歲，台灣人，越隆股份有限公司生產部主任。

Đinh Quốc Minh, 28 tuổi, người Việt Nam, tổ trưởng bộ phận sản xuất công ty cổ phần trách nhiệm hữu hạn Việt Long.

Dīng Guómíng, 28 suì, Yuènánrén,
Yuèlóng gǔfèn yǒuxiàn gōngsī shēngchǎn bù zǔzhǎng.
丁國明，28 歲，越南人，越隆股份有限公司生產部組長。

Nguyễn Thị Mỹ Trân, 25 tuổi, người Việt Nam, nhân viên bộ phận sản xuất công ty cổ phần trách nhiệm hữu hạn Việt Long.

Ruǎnshì Měizhēn, 25 suì, Yuènánrén,
Yuèlóng gǔfèn yǒuxiàn gōngsī shēngchǎn bù zuòyè yuán.
阮氏美珍，25 歲，越南人，越隆股份有限公司生產部作業員。

目錄
Mùlù

Mục lục

1. Duìhuà (1) 對話(1)　Đối thoại (1)

在公司，董事長黃天賜介紹台幹陳萬立給丁國明。

Tại công ty, Chủ tịch HĐQT Hoàng Thiên Tứ giới thiệu cán bộ người Đài Loan Trần Vạn Lập với Đinh Quốc Minh.

: Guómíng, zhè shì Chén zhǔrèn.
　國明，　這 是 陳 主任。

Quốc Minh, đây là chủ nhiệm Trần.

: Zhǔrèn, nín hǎo, wǒ shì Guómíng.
　主任，您 好，我 是 國明。

Chào chủ nhiệm, tôi là Quốc Minh.

: Nǐ hǎo, wǒ shì Chén Wànlì, hěn gāoxìng rènshì nǐ.
　你 好，我 是 陳 萬立，很 高興 認識 你。

Xin chào, tôi là Trần Vạn Lập, rất vui được làm quen với bạn.

: Huānyíng nín lái Húzhìmíng Shì.
　歡迎 您 來 胡志明 市。

Chào mừng anh đến thành phố Hồ Chí Minh.

: Guómíng, nǐmen qù gōngchǎng kàn yíxià.
　國明，你們 去 工廠 看 一下。

Quốc Minh, các bạn vào xem nhà máy một lát đi.

: Hǎo, wǒmen zǒu.
　好，我們 走。

Vâng. Chúng ta đi.

---

1. zhǔrèn 主任 chủ nhiệm	2. nín 您 ông	3. hǎo 好 tốt
4. wǒ 我 tôi	5. shì 是 là	6. hěn 很 rất
7. gāoxìng 高興 vui, vui mừng	8. rènshì 認識 làm quen, quen biết	
9. huānyíng 歡迎 chào mừng	10. lái 來 đến	
11. Húzhìmíng Shì 胡志明市 thành phố Hồ Chí Minh		12. nǐmen 你們 các bạn
13. qù 去 đi	14. gōngchǎng 工廠 nhà máy	15. kàn 看 nhìn, xem
16. yíxià 一下 một lát, một chút	17. wǒmen 我們 chúng tôi	18. zǒu 走 đi

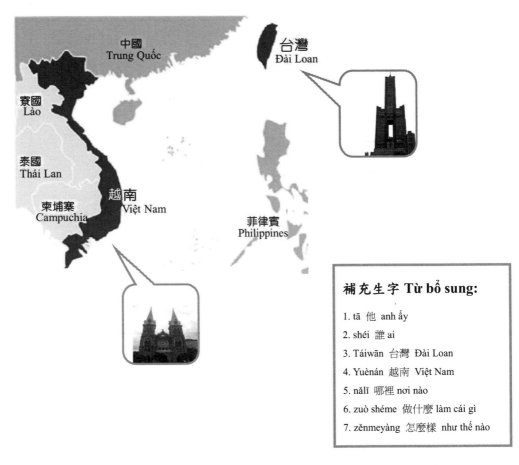

補充生字 Từ bổ sung:

1. tā 他 anh ấy
2. shéi 誰 ai
3. Táiwān 台灣 Đài Loan
4. Yuènán 越南 Việt Nam
5. nǎlǐ 哪裡 nơi nào
6. zuò shéme 做什麼 làm cái gì
7. zěnmeyàng 怎麼樣 như thế nào

2. Fāyīn liànxí 發音練習 Luyện phát âm

練習下列的詞與詞組 Tập phát âm từ và cụm từ dưới đây

hǎo	gāoxìng	rènshì	huānyíng	qù	kàn	zǒu
好	高興	認識	歡迎	去	看	走
nǐ hǎo	hěn gāoxìng	rènshì nǐ	huānyíng nín	qù gōngchǎng	kàn yíxià	wǒmen zǒu
你好	很高興	認識你	歡迎您	去工廠	看一下	我們走

3. Shuōshuokàn 說說看 Tập nói:

(1) **A**：＿＿＿＿＿＿＿＿, Nǐ hǎo.
＿＿＿＿＿＿＿＿, chào bạn.

B：＿＿＿＿＿＿＿ , Nǐ hǎo.
＿＿＿＿＿＿＿, chào bạn.

1. zhǔrèn   (chủ nhiệm)
2. bānzhǎng   (lớp trưởng)
3. lǎobǎn   (ông chủ)
4. Guómíng   (Quốc Minh)
5. .....(名字)   (......Tên)

(2) **A**：Nǐ shì shéi? (Tā shì shéi?)
Anh/Chị/ Bạn là ai?(Anh ấy là ai?)

B：Wǒ shì＿＿＿＿. (Tā shì＿＿＿＿.)
Tôi là＿＿＿＿＿. (Anh ấy là＿＿＿.)

(3) **A**：Wǒ shì＿＿＿＿＿, huānyíng nǐ.
Tôi là＿＿＿＿＿＿, chào mừng bạn.

B：Wǒ shì＿＿＿＿＿, hěn gāoxìng rènshì nǐ.
Tôi là＿＿＿＿＿＿, rất vui mừng được làm quen với bạn.

1. zhǔrèn   (chủ nhiệm)
2. bānzhǎng   (lớp trưởng)
3. lǎobǎn   (ông chủ)
4. Guómíng   (Quốc Minh)
5. ......(名字)   (......Tên)

(4) **A**：Huānyíng nǐ lái＿＿＿＿＿.
Chào mừng bạn đến＿＿＿.

B：Xièxie. Wǒ hěn gāoxìng lái＿＿＿＿.
Cám ơn. Tôi rất vui mừng khi đến＿＿＿.

1. Húzhìmíng Shì
(thành phố Hồ Chí Minh)
2. wǒmen gōngchǎng
(nhà máy của chúng tôi)
3. Yuènán   (Việt Nam)
4. Táiwān   (Đài Loan)

(5) **A**：Wǒmen qù nǎlǐ?
     Bây giờ chúng ta đi đâu?

     B：Wǒmen qù_____.
     Bây giờ chúng ta đi_____.

(6) **A**：Nǐmen qù_____ zuò shéme?
     Các bạn đi...làm gì?

     B：Wǒmen qù_____ kàn yíxià.
     Chúng tôi đi_____ xem (tham quan) một lát.

1. Húzhìmíng Shì
   (thành phố Hồ Chí Minh)
2. nǐmen gōngchǎng
   (nhà máy của các bạn)
3. Yuènán   (Việt Nam)
4. Táiwān   (Đài Loan)

S+shì +......	"shì" nghĩa là "là", biểu thị hai vế đồng đẳng	Wǒ shì Chén Wànlì.
S+是+......	等同	

4. Jiǎosè bànyǎn 角色扮演 Phân vai:

Ở nhà máy, hai người lần đầu tiên gặp mặt, hai bên chào hỏi, tự giới thiệu với nhau.

工廠中，兩人初次見面，彼此問好，互相介紹自己。

1. Duìhuà (2) 對話(2) Đối thoại (2)

往工廠的途中，陳萬立和丁國明互相交談。

Trên đường đi về phía nhà máy, Trần Vạn Lập và Đinh Quốc Minh nói chuyện với nhau.

: Guómíng, nǐ lái gōngsī jǐ nián le?
國明， 你 來 公司 幾 年 了？

Quốc Minh, bạn làm ở công ty mấy năm rồi?

: Yǐjīng sān nián le
已經 三 年 了。

Đã ba năm rồi.

: Zài nǎge bùmén?
在 哪個 部門？

Ở bộ phận nào?

: Wǒ xiànzài shì shēngchǎn bù zǔzhǎng.
我 現在 是 生產 部組長。

Bây giờ tôi là tổ trưởng bộ phận sản xuất

: Nǐ de Huáyǔ zhēn hǎo.
你 的 華語 真 好。

Tiếng Trung của bạn rất khá.

: Xièxie.
謝謝。

Cám ơn.

---

1. nǐ 你 bạn/anh/chị	2. gōngsī 公司 công ty	3. jǐ 幾 mấy
4. nián 年 năm	5. le 了 (trợ từ)biểu thị "rồi"	6. yǐjīng 已經 đã
7. sān 三 ba	8. zài 在 ở	9. nǎ 哪 nào
10. ge 個 cái	11. bùmén 部門 bộ phận	12. xiànzài 現在 bây giờ
13. shēngchǎn bù 生產部 bộ phận sản xuất	14. zǔzhǎng 組長 tổ trưởng	15. de 的 của
16. Huáyǔ 華語 tiếng Hoa, tiếng Trung	17. zhēn 真 thật là	18. xièxie 謝謝 cám ơn

2. **Fāyīn liànxí 發音練習 Luyện phát âm**

練習下列的詞與詞組 Tập phát âm từ và cụm từ dưới đây.

gōngsī 公司	jǐ 幾	yǐjīng 已經	nǎ 哪	zài 在	shēngchǎn 生產	zǔzhǎng 組長	yǔ 語	xièxiè 謝謝
lái gōngsī 來公司	jǐ nián 幾年	yǐjīng 已經	nǎge 哪個	xiànzài 現在	shēngchǎn bù 生產部	Dīng zǔzhǎng 丁組長	Huáyǔ 華語	xièxie nǐ 謝謝你

3. **Shuōshuokàn 說說看 Tập nói**

❶
gōngsī	(công ty)
Húzhìmíng Shì	(thành phố Hồ Chí Minh)
Yuènán	(Việt Nam)
gōngchǎng	(nhà máy)
Táiwān	(Đài Loan)
****(地名)	**** (địa danh)
shēngchǎn bù	(bộ phận sản xuất)

(1) **A**：Nǐ lái _____❶_____ jǐ nián le?
　　　Bạn đến(làm ở)_____ mấy năm rồi?

　　B：Wǒ yǐjīng lái _____❷_____ nián le.
　　　Tôi đã đến(làm ở)_____năm rồi.

❷
1	2	3	4	5
yì /	**liǎng** (nián) /	sān /	sì /	wǔ
6	7	8	9	10
liù /	qī /	bā /	jiǔ /	shí

Lái/qù….Le 來/去....了	"Lái" là từ biểu thị tiếp cận người nói. "qù" là từ biểu thị rời khỏi người nói. 接近/離開說話者	1. Nǐ *lái* gōngsī jǐ nián *le*? 2. Tā *qù* gōngsī *le*.

(2) **A**：Nǐ zài nǎge_____❶_____?
       Bạn ở _____ nào?

     B：Wǒ zài_____❷_____.
       Tôi ở _____.

❶	bùmén	(bộ phận)	❷	**** gōngchǎng	(****nhà máy)
	gōngsī	(công ty)		Yuènán	(Việt Nam)
	gōngchǎng	(nhà máy)		Táiwān	(Đài Loan)
	chéngshì	(thành phố)		Húzhìmíng Shì	(thành phố Hồ Chí Minh)
	guójiā	(đất nước, quốc gia)		Táiběi Shì	(thành phố Đài Bắc)

S+*zài* +N	Biểu thị nơi chốn	
S + 在 + N	表處所	Nǐ zài nǎge bùmén?

(3) **A**：Nǐ xiànzài zài nǎlǐ?
       Bây giờ bạn ở đâu?

     B：Wǒ xiànzài zài_____.
       Bây giờ tôi ở_____.

****gōngchǎng	(nhà máy****)
Yuènán	(Việt Nam)
Táiwān	(Đài Loan)
Húzhìmíng Shì	(thành phố Hồ Chí Minh)
Táiběi Shì	(thành phố Đài Bắc)

(4) **A**：_____zěnmeyàng?
       _____như thế nào?

     B：_____zhēn hǎo.
       _____ thật tốt (rất khá).

S + *zhēn* + Adj	Biểu thị mức độ cao, thường dùng trong câu cảm thán	1 Tā zhēn hǎo!
S+真+Adj	表示程度高，通常用在感嘆句。	2 Wǒ zhēn gāoxìng!

4. Jiǎosè bànyǎn 角色扮演 Phân vai

Hai nhân viên gặp mặt nói chuyện, thăm hỏi bộ phận làm việc và trải nghiệm sơ lược của đối phương.

兩位員工見面聊天，詢問對方的工作部門和簡單的經歷。

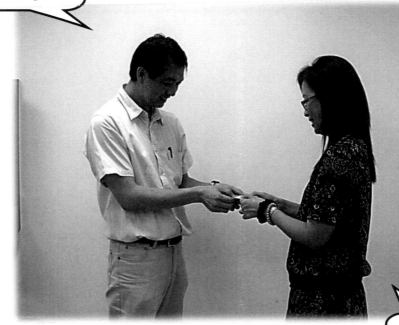

Dì èr kè　Nǐ yào zuò shéme ?

第二課　　　　你要做什麼?
Bài 2 :　　　Bạn muốn làm gì?

1. Duìhuà (1)　對話(1)　Đối thoại (1)

: Nǐmen zài zuò shéme ?
你們　在 做 什麼?

Các anh đang làm gì vậy?

: Jīqì huài le.
機器 壞了。

Máy móc bị hỏng rồi.

: Xiān guāndiào diànyuán. Děng yíxià. Zài kāi yí cì.
先　關掉　電源。 等 一下。再 開 一 次。

Trước tiên tắt nguồn điện.
Đợi một lát. Mở lại lần nữa.

: Háishì bú dòng.
還是 不 動。

Vẫn không chạy.

: Nǐ mǎshàng qù zhǎo rén lái xiūlǐ
你 馬上　去 找 人 來 修理。

Anh đi tìm người đến sửa ngay đi.

1. zuò 做 làm	2. shéme 什麼 cái gì	3. jīqì 機器 máy móc
4. huài 壞 hỏng	5. xiān 先 trước	6. guāndiào 關掉 tắt
7. diànyuán 電源 nguồn điện	8. děng 等 đợi, chờ	9. zài 再 lại
10. kāi 開 mở	11. cì 次 lần	12. háishì 還是 vẫn
13. bù 不 không	14. dòng 動 hoạt động, chạy	15. mǎshàng 馬上 ngay lập tức
16. zhǎo 找 tìm	17. rén 人 người/ con người	18. xiūlǐ 修理 sửa chữa

2. Fāyīn liànxí 發音練習 Luyện phát âm

練習下列的詞與詞組 Tập phát âm từ và cụm từ dưới đây

zuò 做	huài 壞	děng 等	zài 再	bù 不	qù 去	shàng 上	xiè 謝
zuò shénme 做什麼	huài le 壞了	děng yíxià 等一下	zài yí cì 再一次	bù hǎo 不好 bú dòng 不動	qù gōngsī 去公司	mǎshàng 馬上	xièxie 謝謝

3. Shuōshuokàn 說說看 Tập nói:

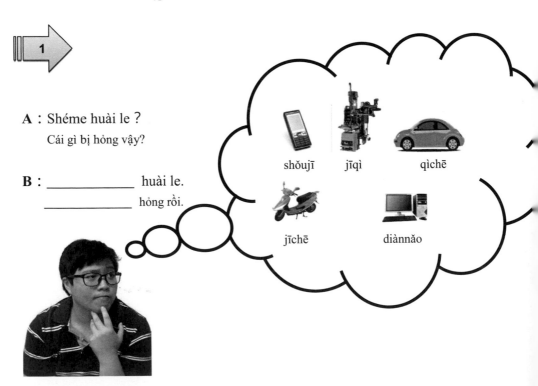

1

A：Shéme huài le ?
　　Cái gì bị hỏng vậy?

B：＿＿＿＿＿＿ huài le.
　　＿＿＿＿＿＿ hỏng rồi.

shǒujī　　jīqì　　qìchē

jīchē　　diànnǎo

A : _____ huài le, nǐ zuò shéme ?
    _____ hỏng rồi, vậy bạn làm gì?

B : _____ huài le, wǒ_____.
    _____ hỏng rồi, tôi _____.

1. zhǎo rén lái xiūlǐ
   tìm người đến sửa

2. guāndiào diànyuán
   tắt nguồn điện

3. qù gōngchǎng kàn yíxià
   đến xem nhà máy một lát

4. zhǎo zǔzhǎng
   tìm tổ trưởng

5. děng yíxià
   đợi một lát

A : _____ huài le, nǐ zěnme zuò ?
    _____ hỏng rồi thì bạn làm như thế nào?

B : Xiān_____. Děng yíxià. Zài_____.
    Trước tiên_____ . Đợi một lát. _____ lại _____.

1. zhǎo rén lái xiūlǐ
   tìm người đến sửa

2. qù bàngōngshì
   đến văn phòng

3. guāndiào diànyuán
   tắt nguồn điện

4. lái gōngsī
   đến công ty

5. qù gōngchǎng kàn yíxià
   đến xem nhà máy một lát

6. zhǎo zǔzhǎng
   tìm tổ trưởng

zěnme và **shéme** gần giống nhau trong phát âm, nhưng về nghĩa nó khác nhau. Người ta dùng zěnme để hỏi phương thức, cách thức.

怎麼 和 什麼 有相似的發音，但是在意思上不同。人們用"怎麼"來問方式、方法。

Xiān......zài......	Biểu thị động tác thứ tự trước, sau	*Xiān* guāndiào diànyuán, *zài* kāi yí cì.
先...... 再......	表示動作的先後順序	

(1) **A** : _____ háishì bú dòng, nǐ zěnme zuò ?
_____ vẫn không hoạt động, vậy bạn làm thế nào?

   B : _____ háishì bú dòng. Zài _____ yí cì.
Vẫn không hoạt động. _____ lại một lần nữa.

(2) **A** : Wǒ zhǎo Guómíng lái, tā háishì bù lái. Nǐ zěnme zuò?
Tôi tìm Quốc Minh, anh ấy không đến. Vậy bạn làm thế nào?

   B : Tā háishì bù lái, zài _____ yí cì.
Anh ấy không đến._____lại một lần nữa.

(3) **A** : Shǒujī xiūlǐ le, háishì bù hǎo.
Điện thoại sửa rồi, vẫn trục trặc.

   B : Shǒujī háishì bù hǎo, zài _____ yí cì.
Điện thoại vẫn trục trặc. _____ lại một lần nữa.

(4) **A** : Diànnǎo háishì bú dòng.
Máy tính vẫn không hoạt động.

   B : Diànnǎo háishì bú dòng, zài _____ yí cì.
Máy tính vẫn không hoạt động._____lại một lần nữa.

(5) **A** : Diànyuán yǐjīng guān le, jīqì hái dòng.
Đã tắt nguồn điện rồi, nhưng máy móc vẫn hoạt động.

   B : Zài _____ yí cì.
_____lại một lần nữa.

1. xiūlǐ
   sửa chữa
2. kāi
   mở
3. zuò
   làm
4. kàn
   nhìn, xem
5. lái
   đến

4. Jiǎosè bànyǎn 角色扮演 Phân vai

Trong lúc làm việc, máy móc ởnhà máy đột nhiên không hoạt động. Chủ nhiệm kêu Quốc Minh đến xem máy móc rốt cuộc như thếnào, Quốc Minh thử lại máy móc, nhưng nó vẫn không hoạt động, cuối cùng quyết định tìm người đến sửa. Bây giờ, mời 2 bạn học sinh diễn vai chủ nhiệm và Quốc Minh tiến hành đoạn đối thoại này.

正在上班的時候，工廠的機器突然不動了，主任叫國明看看機器到底怎麼了，國明試了試機器，還是不動，最後決定找人來修理。現在，請 2 位學生分別扮演主任和國明，演出這段對話。

(以下為本課 B 部分第 4 單元，上接第 20 頁，) Tiếp theo trang 20

4. Jiǎosè bànyǎn 角色扮演 Phân vai

Ngày mai phải họp. Chủ nhiệm Trần nói Mỹ Trân chuẩn bị những thứ cần thiết cho buổi họp. Bây giờ mời 2 bạn học sinh diễn vai Chủ nhiệm Trần và Mỹ Trân hoàn thành đoạn đối thoại.

明天要開會，陳主任請美珍準備開會要用的東西。現在請 2 位學生，分別扮演陳主任與美珍，並完成對話。

1. Duìhuà (2) 對話(2) Đối thoại (2)

: Měizhēn , míngtiān yào kāihuì ,
  美珍　，　明天　　要　開會，

  qǐng nǐ yǐngyìn kāihuì zīliào.
  請　你　影印　開會　資料。

Mỹ Trân, ngày mai phải họp,

cô in tài liệu họp đi nhé!

: Yìn jǐ fèn ？
  印　幾　份？

In mấy bản?

: Yìn shí fèn.
  印　十　份。

In mười bản

: Hǎo , yào yòng diànnǎo gēn tóuyǐngjī ma?
  好，要　用　電腦　　跟　投影機　　嗎？

Vâng, có cần dùng máy tính và máy chiếu không?

: Yào , hái yào zhǔnbèi chá gēn kāfēi.
  要，還　要　準備　　茶　跟　咖啡。

Có. Và phải chuẩn bị trà và cà phê nữa.

: Wǒ xiànzài jiù qù shēnqǐng.
  我　現在　　就　去　申請。

Tôi sẽ làm ngay bây giờ.

---

1. míngtiān 明天 ngày mai   2. yào 要 muốn/ cần   3. kāihuì 開會 họp

4. qǐng 請 xin/xin mời   5. yǐngyìn 影印 in   6. zīliào 資料 tài liệu

7. fèn 份 phần   8. shí 十 10   9. yòng 用 dùng

10. diànnǎo 電腦 máy tính   11. gēn 跟 cùng, với   12. tóuyǐngjī 投影機 máy chiếu

13. ma 嗎 không? (trợ từ dùng để hỏi)   14. hái 還 còn

15. zhǔnbèi 準備 chuẩn bị   16. chá 茶 trà   17. kāfēi 咖啡 cà phê

18. xiànzài 現在 bây giờ   19. jiù 就 thì, là   20. shēnqǐng 申請 xin/ đề nghị

---

2. Fāyīn liànxí 發音練習 Luyện phát âm

練習下列的詞與詞組 Tập phát âm từ và cụm từ dưới đây

huì 會	yìn 印	zī 資	fèn 份	diàn 電	jī 機	zài 在	qǐng 請
kāihuì 開會	yǐngyìn 影印	zīliào 資料	shí fèn 十份	diànnǎo 電腦	tóuyǐngjī 投影機	xiànzài 現在	shēnqǐng 申請
—\	\ \	— \	/ \	\ \	⌐ —	\ \	— \

3. Shuōshuokàn 說說看 Tập nói:

Lượng từ + số từ 數詞＋量詞	Biểu thị số lượng người, đồ đạc, hàng hóa… 表示物品的數量	1. Shí fèn kāihuì zīliào. 2. Yì tái diànnǎo. 3. Liù bēi kāfēi.

1	**2**	**3**	**4**	**5**
一	二	三	四	五
6	**7**	**8**	**9**	**10**
六	七	八	九	十

數字 Số từ	量詞 Lượng từ	對象 Đối tượng
1 *2 (liǎng)*	jiā	gōngsī
3 4	ge	gōngchǎng / rén / bānzhǎng / zhǔrèn / bùmén
5 6	tái / bù	jīqì / diànnǎo / tóuyǐngjī / yǐngyìnjī / kāfēijī
7 8	fèn	zīliào
9 10	bēi	kāfēi / chá

(1) A : Nǐ yào shéme ?　　　　　　　A : Bạn cần gì?

　　B : Wǒ yào _____.　　B : Tôi cần/muốn _____.

(2) A : Nǐmen bùmén yào jǐge rén?　　A : Phòng của bạn cần mấy người?

　　B : _____.

(3) A : Nǐ shēnqǐng shéme? Jǐ fèn?　　A : Bạn xin cái gì? Số lượng?

　　B : _____.

(4) A : Wǒmen yào kāihuì, yào zhǔnbèi shéme?

　　A : Chúng tôi cần họp, phải chuẩn bị cái gì?

　　B : _____.

(5) A : Húzhìmíng Shì yǒu jǐ jiā Zhōngyuán kāfēi?

　　A : Ở thành phố Hồ Chí Minh có bao nhiêu tiệm cà phê Trung Nguyên?

　　B : _____.

(1) **A**：Míngtiān kāihuì, wǒ yào zuò shéme ?
Ngày mai họp tôi phải làm gì?

B：Qǐng nǐ _____ .
Bạn hãy _____ .

(2) **A**：Jīqì huài le, wǒ yào zuò shéme?
Máy móc bị hỏng, tôi phải làm gì?

B：Qǐng nǐ_____ .
Bạn hãy_____ .

(3) **A**：Diànnǎo búdòng le, wǒ yào zuò shéme?
Máy tính không hoạt động nữa, tôi phải làm gì?

B：Qǐng nǐ_____ .
Bạn hãy _____ .

(4) **A**：Zhǔrèn zǒu le, wǒ yào zuò shéme?
Chủ nhiệm đi rồi , tôi phải làm gì?

B：Qǐng nǐ _____ .
Bạn hãy _____ .

(5) **A**：Zǔzhǎng bù xiūlǐ jīqì, wǒ yào zuò shéme?
Tổ trưởng không sửa máy móc, tôi phải làm gì?

B：Qǐng nǐ _____ .
Bạn hãy _____ .

1. guāndiào diànyuán
   (tắt nguồn điện)
2. yǐngyìn zīliào
   (in tài liệu)
3. zài kāi yí cì
   (mở lại một lần nữa)
4. děng yíxià
   (đợi một chút)
5. zhǎo rén xiūlǐ
   (tìm người đến sửa)
6. zhǔnbèi kāfēi
   (chuẩn bị cà phê)
7. lái gōngsī kàn yíxià
   (đến công ty xem xét một lát)

| qǐng nǐ...... | Mệnh lệnh, yêu cầu, xin | 1. **Qǐng nǐ** xiūlǐ jīqì. |
| 請你＋V... | 命令；請求 | 2. **Qǐng nǐ** qù bàngōngshì. |

(1) **A :** Míngtiān yào kāihuì.
       Ngày mai phải họp.

   B : _____ *ma* ?
       _____ phải không?

> Yào yòng tóuyǐngjī
> Cần sử dụng máy chiếu

(2) **A :** Míngtiān wǒmen yào qù Húzhìmíng Shì.
       Ngày mai chúng ta phải đi thành phố Hồ Chí Minh.

   B : _____ *ma* ?

> Měizhēn qù
> Mỹ Trân đi

(3) **A :** Tā shì Chén Wànlì.
       Anh ấy là Trần Vạn Lập

   B : _____ *ma* ?

> Tā shì Táiwānrén
> Anh ấy là người Đài Loan

(4) **A :** Wǒ xiànzài yào yòng diànnǎo.
       Bây giờ tôi cần sử dụng máy tính.

   B : _____ *ma* ?

> Diànyuán kāi le
> Mở nguồn điện rồi

(5) **A :** Zhè shì kāihuì zīliào.
       Đây là tài liệu họp.

   B : _____ *ma* ?

> Yào xiànzài yǐngyìn
> Cần phải in bây giờ

......*ma*?	Đại từ nghi vấn: Biểu thị nghi vấn	1. Tóuyǐngjī huài le *ma*?
......嗎 ?	表示疑問	2. Míngtiān yào kāihuì *ma*?

A : Míngtiān kāihuì, yào zhǔnbèi (yòng/shēnqǐng) shéme?
Ngày mai họp, cần phải chuẩn bị (dùng/xin dùng) cái gì?

B : Yào zhǔnbèi (yòng/shēnqǐng) _____ gēn _____.
Cần phải chuẩn bị (dùng/ xin dùng)_____ và _____.

diànnǎo / tóuyǐngjī / chá / kāfēi / kāihuì zīliào / ✏ bǐ
Máy tính/ máy chiếu/ trà/ cà phê/ tài liệu họp/ bút

Míngtiān kāihuì, yào zhǔnbèi shéme?

Yào zhǔnbèi diànnǎo gēn kāihuì zīliào.

(1) **A**：Míngtiān kāihuì, qǐng nǐ yǐngyìn zīliào.
　　　Ngày mai họp, bạn đi in tài liệu nhé.

　B：Wǒ xiànzài (mǎshàng) jiù qù ＿＿＿＿＿＿＿＿ .
　　　Bây giờ tôi đi＿＿＿＿＿＿＿＿＿＿luôn.

(2) **A**：Míngtiān kāihuì. Qǐng nǐ zhǔnbèi chá gēn kāfēi.
　　　Ngày mai họp, bạn chuẩn bị trà và cà phê nhé.

　B：Wǒ xiànzài (mǎshàng) jiù qù＿＿＿＿＿＿＿ .
　　　Bây giờ tôi đi＿＿＿＿＿＿＿＿＿＿luôn.

(3) **A**：Yǐngyìnjī huài le, qǐng nǐ qù xiūlǐ.
　　　Máy in bị hỏng, bạn sửa chữa đi nhé.

　B：Wǒ xiànzài (mǎshàng) jiù qù ＿＿＿＿＿＿＿.
　　　Bây giờ tôi đi＿＿＿＿＿＿＿＿＿＿luôn.

(4) **A**：Jīqì huài le, qǐng nǐ zhǎo rén lái xiūlǐ.
　　　Máy móc bị hỏng, bạn tìm người đến sửa đi nhé.

　B：Wǒ xiànzài (mǎshàng) jiù qù＿＿＿＿＿＿＿.
　　　Bây giờ tôi đi＿＿＿＿＿＿＿＿＿＿luôn.

(5) **A**：Wǒ yào xiūlǐ jīqì, qǐng nǐ guāndiào diànyuán.
　　　Tôi cần phải sửa máy móc, bạn tắt nguồn điện đi nhé.

　B：Wǒ xiànzài (mǎshàng) jiù qù＿＿＿＿＿＿＿.
　　　Bây giờ tôi đi＿＿＿＿＿＿＿＿＿＿luôn.

1. yǐngyìn
   in

2. zhǔnbèi
   chuẩn bị

3. shēnqǐng
   xin

4. zhǎo
   tìm, kiếm

(下接第 13 頁) Tiếp theo trang số 13

Dì sān kè Jiābān

第三課   加班

Bài 3:   **Tăng ca**

1. Duìhuà (1) 對話(1)   Đối thoại (1):

: Měizhēn, jīntiān xiàwǔ yào jiābān.
美珍， 今天 下午 要 加班。

   Nǐ wǎn yìdiǎn xiàbān. Hǎo bù hǎo?
你 晚 一點 下班。 好 不 好？

: Zuótiān yǐjīng jiābān le. Jīntiān hái yào jiābān ma?
昨天 已經 加班 了。 今天 還 要 加班 嗎？

: Shì a! Zuìjìn dìngdān duō, yào gǎn huò.
是 啊！最近 訂單 多， 要 趕 貨。

: Tiāntiān jiābān hǎo máng, hǎo lèi.
天天 加班 好 忙， 好 累。

: Kěshì yǒu jiābān fèi a!
可是 有 加班 費 啊！

   Duō zhuàn diǎn qián, bù hǎo ma?
多 賺 點 錢， 不 好 嗎？

: Hǎo ba! Jīntiān wǒ wǎn yìdiǎn xiàbān.
好 吧！今天 我 晚 一 點 下班。

Mỹ Trân, chiều hôm nay phải tăng ca.

Bạn tan ca trễ một chút nhé ?

Hôm qua đã tăng ca rồi. Hôm nay lại phải tăng ca nữa sao?

Ừ. Gần đây đơn đặt hàng nhiều, cần phải làm hàng gấp.

Hôm nào cũng tăng ca thật là bận và mệt.

Nhưng có tiền tăng ca mà!

Kiếm thêm một chút tiền, không tốt sao?

Vâng. Hôm nay tôi sẽ tăng ca.

1. jīntiān 今天 hôm nay	2. xiàwǔ 下午 buổi chiều	3. shàngbān 上班 đi làm
4. jiābān 加班 tăng ca, làm thêm giờ	5. wǎn 晚 muộn/ trễ	6. diǎn 點 một chút, giờ
7. xiàbān 下班 tan ca	8. zuótiān 昨天 hôm qua	9. a 啊(trợ từ): nhỉ, thế,chứ…
10. zuìjìn 最近 gần đây	11. dìngdān 訂單 đơn đặt hàng	12. gǎn huò 趕貨 hàng gấp
13. tiāntiān 天天 ngày ngày, hàng ngày	14. máng 忙 bận	15. lèi 累 mệt
16. kěshì 可是 nhưng, nhưng mà	17. yǒu 有 có	18. fèi 費 phí
19. zhuàn 賺 kiếm (tiền)	20. qián 錢 tiền	21. ba 吧 (trợ từ): đi

2. Fāyīn liànxí 發音練習 Luyện phát âm

練習下列的詞與詞組 Tập phát âm từ và cụm từ dưới đây

jīn 今	zuó 昨	jiā 加	xià 下	zuì 最	jī 機	dìng 訂
jīntiān 今天	zuótiān 昨天	jiābān 加班	xiàwǔ 下午	zuìjìn 最近	jīqì 機器	dìngdān 訂單

3. Shuōshuokàn 說說看 Tập nói:

(1) **A**：Jīntiān yào jiābān.
　　　Hôm nay phải tăng ca.

　 B：Hǎo, wǒ＿＿＿＿＿＿＿.
　　　Vâng, tôi ＿＿＿＿＿＿.

> wǎn yìdiǎn xiàbān
> tan ca trễ một chút

(2) **A**：Míngtiān kāihuì, hěn duō rén yào lái.
　　　Ngày mai họp, có rất nhiều người đến

　 B：Hǎo, wǒ＿＿＿＿＿＿＿.
　　　Vâng, tôi ＿＿＿＿＿＿.

> zǎo yìdiǎn lái zhǔnbèi
> chuẩn bị sớm một chút

(3) A ： Zhǔrèn děng yíxià jiù lái.
　　　Chủ nhiệm một chút nữa sẽ đến.

　　B ： Hǎo, wǒmen_____.
　　　Vâng, chúng tôi _____.

wǎn yìdiǎn kāihuì
họp trễ một chút

(4) A ： Huò yǐjīng gòu le, búyào jiābān le.
　　　Hàng đã đủ rồi, không cần phải tăng ca nữa.

　　B ： Hǎo, wǒmen_____.
　　　Vâng, chúng ta _____.

zǎo yìdiǎn xiàbān
Tan ca sớm một chút

gòu le　夠了
　　　　đủ rồi

(5) A ： Wǒmen gōngsī de tóuyǐngjī bù duō,
　　　yǒu hěn duō rén yào yòng.
　　　Công ty chúng ta không có nhiều máy chiếu, có rất nhiều người cần dùng.

　　B ： Hǎo ba, wǒ_____.
　　　Vâng, tôi _____.

zǎo yìdiǎn shēnqǐng
xin dùng sớm một chút

2

A ： Nǐ yào _____ ma?
　　Bạn phải… không?

B ： Shì, jīntiān xiàwǔ wǒ yào _____.
　　Có. Chiều hôm nay tôi phải _____.

1. Jiābān　　tăng ca
2. xiūlǐ jīqì　sửa chữa máy móc
3. yǐngyìn zīliào　in tài liệu
4. kāihuì　mở cuộc họp
5. gǎn huò　làm hàng gấp

yào +V 要 + V	Biểu thị nghĩa vụ. 表示義務	*Jīntiān xiàwǔ **yào jiābān***

(1) **A**：Jīntiān nǐ wǎn yìdiǎn xiàbān, hǎo bù hǎo?
Hôm nay tan ca trễ một chút nhé?

　B：Hǎo, jīntiān wǒ wǎn yìdiǎn xiàbān.
Vâng. Hôm nay tôi tan ca trễ một chút.

　　Bùxíng, wǒ hǎo lèi.
Không được, tôi rất mệt

(2) **A**：Qǐng nǐ zhǔnbèi chá gēn kāfēi, hǎo bù hǎo?
Bạn hãy chuẩn bị trà và cà phê nhé?

　B：Hǎo, wǒ qù zhǔnbèi chá gēn kāfēi.
Vâng, tôi đi chuẩn bị trà và cà phê.

　　Bùxíng, wǒ yào xiūlǐ jīqì.
Không được, tôi còn phải sửa chữa máy móc.

(3) **A**：Qǐng nǐ guāndiào diànyuán, hǎo bù hǎo?
Bạn đi tắt nguồn điện đi nhé ?

　B：Hǎo, wǒ xiànzài jiù qù guān.
Vâng. Bây giờ tôi đi tắt.

　　Bùxíng, wǒmen yào jiābān.
Không được, chúng tôi phải tăng ca.

(4) **A**：Wǒmen qù gōngchǎng, hǎo bù hǎo?
Chúng ta đi đến nhà máy nhé ?

　B：Hǎo, wǒmen xiànzài jiù qù.
Vâng, bây giờ chúng ta đi.

　　Bùxíng, wǒ yào kāihuì.
Không được, tôi còn phải họp.

> **bùxíng 不行**
>
> 就是"不可以；不被允許"的意思。
>
> Nghĩa là không thể, không cho phép

(5) **A** : Qǐng nǐ kāi diànnǎo, hǎo bù hǎo?
     Bạn mở máy tính đi nhé ?

     B : Hǎo, wǒ xiànzài jiù kāi.
     Vâng. Bây giờ tôi mở.

     Bùxíng, diànnǎo huài le.
     Không được. Máy tính bị hỏng rồi.

......Hǎo bù hǎo? ......好不好？	**Trưng cầu ý kiến đồng ý** 徵詢同意	Nǐ wǎn yìdiǎn xiàbān. ***Hǎo bù hǎo?***

(1) **A** : Tiāntiān jiābān, zěnmeyàng?
     Ngày nào cũng tăng ca thế nào?

     B : Tiāntiān jiābān hǎo lèi.
     Ngày nào cũng tăng ca rất mệt.

(2) **A** : Zuìjìn zěnmeyàng?
     Gần đây thế nào?

     B : Zuìjìn hǎo máng.
     Gần đây rất bận.

(3) **A** : Xiànzài gōngsī de dìngdān zěnmeyàng?
     Hiện tại đơn đặt hàng của công ty thế nào?

     B : Xiànzài gōngsī de dìngdān hǎo duō.
     Hiện tại đơn đặt hàng của công ty rất nhiều.

(4) **A** : Jiābān fèi hěn duō, zěnmeyàng?
     Tiền tăng ca rất nhiều, bạn cảm thấy thế nào?

     B : Jiābān fèi hěn duō, wǒ hǎo gāoxìng.
     Tiền tăng ca nhiều, tôi rất vui.

zěnmeyàng?
怎麼樣？

疑問代詞。詢問情況如
何。

Đại từ nghi vấn,
dùng để thăm hỏi tình
hình như thế nào.

(5) **A**：Shēngchǎn bù zǔzhǎng de Huáyǔ zěnmeyàng?
 Tiếng Trung của tổ trưởng bộ phận sản xuất thế nào?

B：Shēngchǎn bù zǔzhǎng de Huáyǔ hǎohǎo.
 Tiếng Trung của tổ trưởng bộ phận sản xuất rất tốt.

hǎo (lèi) 好 (累)	Biểu thị mức độ cao. 表示程度高	Tiāntiān jiābān hǎo máng,*hǎo lèi.*

(1) **A**：Duō zhuàn diǎn qián, bù hǎo ma?
 Kiếm thêm một chút tiền, không tốt sao?

B：Hǎo a, kěshì hěn lèi.
 Tốt đấy, nhưng mà rất mệt.

(2) **A**：Dìngdān duō yìdiǎn, bù hǎo ma?
 Đơn đặt hàng nhiều một chút, không tốt sao?

B：Hǎo a, kěshì wǒ yào tiāntiān jiābān.
 Tốt đấy, nhưng mà tôi ngày nào cũng phải làm thêm giờ.

(3) **A**：Míngtiān wǒmen qù Húzhìmíng Shì, bù hǎo ma?
 Ngày mai chúng ta đi thành phố Hồ Chí Minh, không được sao?

B：Kěshì wǒ yào jiābān.
 Nhưng tôi phải tăng ca.

(4) **A**：Xué Huáyǔ bù hǎo ma?
 Học tiếng Trung không tốt sao?

B：Kěshì wǒ yào shàngbān zhuànqián.
 Nhưng tôi phải đi làm kiếm tiền.

xué 學

Học

(5)　**A**：Míngtiān kāihuì bù hǎo ma?
　　　　Ngày mai họp không được sao?

　　　B：Kěshì zhǔrèn bú zài.
　　　　Nhưng chủ nhiệm đi vắng.

4.　**Jiǎosè bànyǎn　角色扮演　Phân vai**

Vì đang trong mùa hàng bán chạy, công ty có nhiều đơn đặt hàng hơn, nhân viên công ty gần đây thường tăng ca để làm hàng gấp. Hôm nay, chủ nhiệm Trần nói Mỹ Trân tan ca trễ một chút, ở lại công ty tăng ca, Mỹ Trân cảm thất rất mệt và muốn về nhà, chủ nhiệm Trần nói rõ nguyên nhân với Mỹ Trân, thuyết phục Mỹ Trân tăng ca, cuối cùng Mỹ Trân cũng đồng ý. Mời 2 bạn học sinh diễn vai chủ nhiệm Trần và Mỹ Trân tiến hành đoạn đối thoại này.

因爲是旺季的關係，公司多了一些訂單，公司的員工最近常常加班趕貨。今天，陳主任請美珍晚一點下班，留在公司加班，美珍覺得很累想回家，陳主任向美珍說明原因，想說服美珍同意加班，最後美珍終於答應了。請找 2 位學生分別扮演陳主任和美珍，演出這段對話。

1. Duìhuà (2) 對話(2) Đối thoại (2)

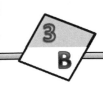

: Zuìjìn měitiān jiābān, dàjiā xīnkǔ le.
最近 每天 加班，大家 辛苦 了。

Gần đây ngày nào cũng tăng ca, mọi người vất vả rồi.

: Shì a, wǒmen yǐjīng jiāle liǎng ge xīngqí de bān.
是 啊，我們 已經 加了 兩 個 星期 的 班。

Đúng đấy. Chúng tôi đã tăng ca được hai tuần rồi.

: Méi bànfǎ, yuèdǐ yào chū huò,
沒 辦法，月底 要 出 貨，

máfán dàjiā gǎn yíxià.
麻煩 大家 趕 一下。

Chẳng còn cách nào khác, cuối tháng phải xuất hàng, làm phiền mọi người làm gấp một chút

: Hǎo ba, wàngjì guòle jiù bú yào jiābān le.
好 吧，旺季 過了 就 不 要 加班 了。

Vâng, mùa hàng bán chạy qua rồi thì không phải tăng ca nữa.

: Xièxie nǐmen, wǒmen xià ge xīngqí jiācài.
謝謝 你們， 我們 下 個 星期 加菜。

Cám ơn mọi người, tuần sau chúng ta thêm món ăn.

---

1. měi 每 mỗi
2. dàjiā 大家 mọi người
3. xīnkǔ 辛苦 vất vả
4. xīngqí 星期 ngày, tuần lễ
5. méi 沒 không
6. bànfǎ 辦法 cách, phương pháp
7. yuèdǐ 月底 cuối tháng
8. chū 出 xuất
9. huò 貨 hàng
10. máfán 麻煩 làm phiền
11. gǎn 趕 vội, gấp
12. wàngjì 旺季 mùa đắt hang
13. cài 菜 món ăn, rau

2. Fāyīn liànxí 發音練習 Luyện phát âm

練習下列的詞與詞組 Tập phát âm từ và cụm từ dưới đây

xīn 辛	xīng 星	bàn 辦	gǎn 趕	wàng 旺	cài 菜	jiā 家
xīnkǔ 辛苦	xīngqí 星期	bànfǎ 辦法	gǎn huò 趕貨	wàngjì 旺季	jiācài 加菜	dàjiā 大家

Zuìjìn měitiān jiābān,
dàjiā xīnkǔ le.

3. **Shuōshuokàn 說說看 Tập nói:**

(1) **A**：Zhège xīngqí nǐ jiābān jiāle jǐ tiān?
Tuần này bạn tăng ca mấy ngày?

B：Wǒ jiābān jiāle liǎng tiān.
Tôi tăng ca hai ngày.

A：Jiāle liǎng tiān bān, zěnmeyàng?
Tăng ca hai ngày, thấy thế nào?

B：Jiāle liǎng tiān bān,＿＿＿＿＿＿＿．
Tăng ca hai ngày, ＿＿＿＿＿＿＿＿＿．

(2) **A**：Zuìjìn nǐ kāihuì kāile jǐ cì?
Gần đây bạn họp mấy lần?

B：Wǒ kāihuì kāile shí cì.
Tôi họp mười lần.

A：Kāile shí cì huì, zěnmeyàng?
Họp mười lần, thấy thế nào?

B：Kāile shí cì huì,＿＿＿＿＿＿＿．
Họp mười lần ＿＿＿＿＿＿＿＿．

(3) **A**：Zhège xīngqí gōngchǎng jiācài jiāle jǐ cì?
Tuần này nhà máy mấy lần thêm món ăn?

B：Zhège xīngqí gōngchǎng jiācài jiāle sān cì.
Tuần này nhà máy ba lần thêm món ăn.

A：Jiāle sān cì cài, zěnmeyàng?
Thêm món ăn ba lần, thấy thế nào?

B：Jiāle sān cì cài,＿＿＿＿＿＿＿．
Thêm món ăn ba lần ＿＿＿＿＿＿＿．

(4) **A**：Qīyuè gōngchǎng chū huò chūle jǐ cì？
Tháng 7 nhà máy xuất hàng mấy lần?

B：Qīyuè gōngchǎng chū huò chūle sì cì.
Tháng 7 nhà máy xuất hàng bốn lần.

A：Chūle sì cì huò, zěnmeyàng?
Xuất hàng bốn lần, thấy thế nào?

B：Chūle sì cì huò,_____.
Xuất hàng bốn lần, _____.

jiābān		Jiāle liǎng tiān bān, hǎo lèi.
zhuànqián	Trong tiếng Hoa có một số động từ khi thêm lượng từ vào phải thêm vào giữa. Đó là từ ly hợp. Một số từ ly hợp thường gặp như trong khung bên trái. 離合詞	Duō zhuàn diǎn qián, bùhǎo ma?
chū huò		Chū sān cì huò.
jiācài		Jiā liǎng cì cài
kāihuì		Kāile sān cì huì

(1) **A**：Máfán nǐ wǎn yìdiǎn xiàbān.
Làm phiền bạn tan ca trễ một chút.

B：Hǎo ba, jīntiān wǒ wǎn yìdiǎn xiàbān.
Vâng, hôm nay tôi tan ca trễ một chút.

Méi bànfǎ, wǒ tài lèi le.
Chẳng còn cách nào khác, tôi mệt quá rồi.

(2) **A**：Máfán nǐ míngtiān chū huò.
Làm phiền bạn ngày mai xuất hàng.

B：Hǎo ba, jīntiān wǎnshàng jiābān.
Được rồi, tối hôm nay tăng ca.

Méi bànfǎ, tài gǎn le.
Chẳng còn cách nào cả, gấp quá.

tài 太

"過度"的意思。

Nghĩa là "quá", quá độ, quá sức

(3) A : Máfán nǐ xiàwǔ qù Húzhìmíng Shì.

　　　 Làm phiền bạn buổi chiều đi thành phố Hồ Chí Minh.

　　B : Hǎo ba, wǒ zhǔnbèi yíxià.

　　　 Được, tôi chuẩn bị một lát.

　　　 Méi bànfǎ, xiàwǔ wǒ yào kāihuì.

　　　 Chẳng còn cách nào cả, buổi chiều tôi phải họp.

(4) A : Máfán nǐ xiūlǐ jīqì.

　　　 Làm phiền bạn sửa chữa máy móc.

　　B : Hǎo ba, mǎshàng lái.

　　　 Được , tôi lập tức sửa ngay.

　　　 Méi bànfǎ, yǐjīng xiàbān le.

　　　 Chẳng còn cách nào cả, đã tan ca rồi.

(5) A : Máfán nǐ qù gōngchǎng kàn yíxià.

　　　 Làm phiền bạn đến công xưởng xem (xét) một lát.

　　B : Hǎo ba, wǒ xiànzài jiù qù.

　　　 Được, bây giờ tôi đi.

　　　 Méi bànfǎ, zhǔrèn yào wǒ zhǔnbèi kāihuì zīliào.

　　　 Chẳng còn cách nào cả, chủ nhiệm muốn tôi chuẩn bị tài liệu họp.

4. Jiǎosè bànyǎn　角色扮演　Phân vai

Chủ nhiệm Trần đề nghị Quốc Minh ở lại tăng ca, Quốc Minh nói đã tăng ca hai tuần rồi, rất vất vả. Chủ nhiệm Trần nói vì phải làm hàng gấp, không còn cách nào khác. Quốc Minh nói rằng mùa hàng bán chạy qua đi thì không muốn lại làm thêm giờ nữa. Chủ nhiệm Trần đồng ý, và đồng ý thêm món ăn cho Quốc Minh và mọi người. Mời hai bạn học sinh tiến hành đoạn hội thoại này.

陳主任請國明留下來加班，國明說已經加了兩個星期的班了，很辛苦。陳主任說因爲要趕貨的關係，沒辦法。國明說旺季過了就不要再加班了。陳主任同意，並且答應給大家加菜。請找 2 位學生演出這段對話。

Dì sì kè　Qǐngjià
第四課　　　請假
Bài 4:　　Xin nghỉ phép

1. Duìhuà (1) 對話(1)　Đối thoại (1)

Wéi, zhǔrèn zǎo, wǒ shì Měizhēn.
喂，主任　早，我 是 美珍。

A lô, chủ nhiệm, chào buổi sáng, tôi là Mỹ Trân.

Měizhēn , nǐ yǒu shéme shì?
美珍，你 有 什麼 事？

Mỹ Trân, bạn có việc gì vậy?

Wǒ nǚér fāshāo, wǒ yào qǐngjià.
我 女兒 發燒，我 要 請假。

Con gái tôi sốt, tôi muốn xin nghỉ phép.

Nǐ yào qǐng yì tiān ma?
你 要 請 一 天 嗎？

Bạn muốn xin nghỉ một ngày phải không?

Wǒ xiān qǐng bàn tiān, huí gōngsī zài xiě jiàdān.
我 先 請 半 天，回 公司 再 寫 假單。

Tôi xin nghỉ nửa ngày trước, rồi về công ty viết đơn xin nghỉ phép sau.

Hǎo.
好。

Được.

Xièxie zhǔrèn. Zàijiàn.
謝謝　主任。 再見。

Cám ơn chủ nhiệm. Tạm biệt.

---

1. zhǔrèn 主任 chủ nhiệm　　2. shì 事 việc　　3. nǚér 女兒 con gái

4. fāshāo 發燒 sốt　　5. qǐngjià 請假 xin nghỉ phép　　6. bàn tiān 半天 nửa ngày

7. xiě 寫 viết　　8. jiàdān 假單 đơn nghỉ phép　　9. shìjià 事假 nghỉ bận việc

2. Fāyīn liànxí 發音練習 Luyện phát âm

練習下列的詞與詞組 Tập phát âm từ và cụm từ dưới đây

shì 事	nǚér 女兒	fāshāo 發燒	qǐng 請	tiān 天	xiě 寫	dān 單
zuòshì 做事	wǒ nǚér 我女兒	fāgāoshāo 發高燒	qǐngjià 請假	bàn tiān 半天	xiě zīliào 寫資料	jiàdān 假單
\\	⌄	←→	\	\ ˉ	\ ˉ	\ ˉ

3. Shuōshuokàn 說說看 Tập nói

Hãy sử dụng những mẫu giấy ghi họ tên do giáo viên chuẩn bị, tiến hành luyện tập :
請使用老師準備的姓名卡，進行下面的練習。

A：Wǒ shì_____, nǐ shì_____ma?
Tôi là _____, bạn là _____ phải không?

B：Wǒ shì, nǐ yǒu shéme shì?
Tôi đây, bạn có việc gì vậy ?

A：Yǒu shéme shì?
　　Có việc gì vậy ?

B：Wǒ yào＿＿＿＿＿＿＿＿＿＿＿.
　　Tôi muốn ＿＿＿＿＿＿＿＿＿.

1. qǐngjià　(xin nghỉ phép)
2. yǐngyìn zīliào　(in tài liệu)
3. xiūlǐ jīqì　(sửa chữa máy móc)
4. zhǔnbèi chá gēn kāfēi
　(chuẩn bị trà và cà phê)
5. guāndiào diànyuán
　(tắt nguồn điện)
6. xiě jiàdān　(viết đơn nghỉ phép)

(1) A：Nǐ yào qǐng jǐ tiān jià?
　　　Bạn muốn xin nghỉ phép mấy ngày?

　　B：Wǒ yào＿＿＿＿＿＿＿＿＿.
　　　Tôi muốn ＿＿＿＿＿＿＿＿.

(2) A：Nǐ yào＿＿＿＿＿ jǐ ＿＿＿＿＿?
　　　Bạn muốn ＿＿＿ mấy(thêm lượng từ)＿＿?

　　B：Wǒ yào＿＿＿＿＿＿.
　　　Tôi muốn ＿＿＿＿＿.

1. qǐng..... tiān jià
　xin nghỉ phép… ngày

2. yǐngyìn.... fèn zīliào
　in … bản tài liệu

3. xiūlǐ...... tái jīqì
　sửa chữa … cái máy

4. zhǔnbèi... bēi chá gēn... bēi kāfēi
　chuẩn bị … ly trà và … ly cà phê

5. xiě...... fèn jiàdān
　viết…..đơn xin nghỉ phép

4. Jiǎosè bànyǎn 角色扮演 Phân vai

Chủ nhiệm Trần nói Quốc Minh chuẩn bị việc mở cuộc họp, Quốc Minh báo cáo tình hình chuẩn bị cho chủ nhiệm, ví dụ người xin nghỉ họp, in tài liệu, xin sử dụng máy móc, chuẩn bị trà …

陳主任請國明準備開會的事情，國明向主任報告準備的情形，如開會請假的人、影印資料、機器申請、準備茶點等。

1. Duìhuà (2) 對話(2) Đối thoại(2)

: Zhǔrèn zǎo, zhèxiē jiàdān, máfán nín qiānmíng.
主任 早，這些 假單，麻煩 您 簽名。

Chào chủ nhiệm, những đơn xin nghỉ phép này, xin chủ nhiệm ký tên

: Wèishéme zhème duō rén qǐngjià.
爲什麼 這麼 多 人 請假。

Tại sao lại có nhiều người xin nghỉ như thế này?

: Yǒurén shēngbìng, yǒu rén yǒushì.
有人 生病， 有人 有事。

Có người bị ốm, có người có việc

: Zhège rén shì shéí? Qǐngle sān tiān bìngjià.
這個 人 是 誰 ？ 請了 三 天 病假。

Người này là ai? Xin nghỉ ốm ba ngày

: Yào bú yào yīshēng zhèngmíng?
要 不 要 醫生 證明？

Có cần chứng nhận của bác sĩ không ạ?

: Yào.
要。

Có.

: Hǎo, wǒ qǐng tā ná lái.
好，我 請 他 拿來。

Được rồi. Tôi nói anh ấy đem đến

: Yǒu méiyǒu rén dàibān?
有 沒有 人 代班？

Có người khác thay ca không?

: Dōu ānpái hǎo le.
都 安排 好了。

Đều sắp xếp ổn thỏa rồi.

: Wǒ xià xīngqí huí Táiwān kāihuì, qǐng gōngjià.
我 下 星期 回 台灣 開會，請 公假。

Tuần sau tôi về Đài Loan họp, xin nghỉ phép việc công. Giám đốc Vương thay mặt quản lí công việc của tôi.

Wáng jīnglǐ dàilǐ wǒ de gōngzuò.
王 經理 代理 我 的 工作。

1. qiānmíng 簽名 kí tên
2. wèishéme 爲什麼 tại sao
3. shēngbìng 生病 ốm, bệnh
4. shì 事 việc
5. bìngjià 病假 xin nghỉ ốm
6. yīshēng 醫生 bác sĩ
7. zhèngmíng 證明 chứng minh
8. ná 拿 cầm, nắm, mang
9. dàibān 代班 làm thay
10. dōu 都 đều
11. ānpái 安排 sắp xếp
12. xīngqí 星期 ngày, tuần lễ
13. kāihuì 開會 họp
14. gōngjià 公假 nghỉ phép việc công
15. dàilǐ 代理 thay mặt quản lý

2. Fāyīn liànxí 發音練習 Luyện phát âm

練習下列的詞與詞組 Tập phát âm từ và cụm từ dưới đây

jià 假	jià 假	yīshēng 醫生	bān 班	xīngqí 星期
bìngjià 病假	gōngjià 公假	kàn yīshēng 看醫生	dàibān 代班	xīngqírì 星期日

Wǒ yào yīshēng zhèngmíng.

Hǎo.

3. Shuōshuokàn 說說看 Tập nói

(1) A：Wǔ ge rén yào kāfēi, liù ge rén yào chá.

Năm người uống cà phê, sáu người uống trà.

B：_____.

(2) A：Qǐngjià yào yǒu yīshēng zhèngmíng.

Nghỉ phép phải có chứng nhận của bác sĩ.

B：_____.

(3) A：Wǒ bìngle yī ge xīngqí le, hái bù hǎo.

Tôi đã ốm cả tuần lễ rồi, vẫn chưa khỏe.

B：_____.

hǎo máfán / hěn máfán
/ zhēn máfán

Rất phiền phức / thật phiền
phức

"Hǎo, hěn, zhēn" đều
biểu thị mức độ cao

(4) A：Zuìjìn hěn duō rén qǐngjià, wǒ yào ānpái rén dàibān.

Gần đây có rất nhiều người xin nghỉ phép, tôi cần phải sắp xếp người làm thay.

B：_____.

(5) A：Shēnqǐng yīshēng zhèngmíng yào děng sān tiān.

Xin chứng nhận của bác sĩ cần phải chờ ba ngày.

B：_____.

(1) **A** : Nǐ yào yòng diànnǎo ma?
Bạn muốn dùng máy tính không?

B : Shì, máfán nǐ_____.
Có, làm phiền bạn _____.

> kāi diànyuán
> mở nguồn điện

(2) **A** : Míngtiān yào kāihuì ma?
Ngày mai có phải họp không?

B : Shì, máfán nǐ_____.
Có, làm phiền bạn _____.

> zhǔnbèi zīliào
> chuẩn bị tài liệu

(3) **A** : Wǒmen yào zǒu le.
Chúng tôi phải đi rồi.

B : Máfán nǐ_____.
Làm phiền bạn _____.

> guāndiào jīqì
> tắt máy móc

(4) **A** : Jīqì huài le ma?
Máy móc bị hỏng rồi phải không?

B : Duì ya, máfán nǐ_____.
Đúng thế, làm phiền bạn _____.

> xiūlǐ yíxià
> sửa chữa một chút

(5) **A** : Yuèdǐ yào chū huò ma?
Cuối tháng phải xuất hàng phải không?

B : Duì, máfán nǐ_____.
Đúng , làm phiền bạn _____.

> gǎn yíxià
> làm gấp một chút

máfán +S+V…	Biểu thị thỉnh cầu	
麻煩　+S+V…	表示請求	Máfán nín qiānmíng.

3

(1) **A** : Jīntiān Měizhēn qǐngjià.
Hôm nay Mỹ Trân xin nghỉ phép.

B : Měizhēn wèishéme_____?
Tại sao Mỹ Trân _____ ?

> qǐngjià
> xin nghỉ phép

(2) **A** : Jīqì huài le.
Máy móc bị hỏng rồi.

B : Jīqì wèishéme_____ ?
Tại sao máy móc _____?

> huài le
> (bị) hỏng rồi

(3) **A** : Zhǔrèn méi lái.
Chủ nhiệm không đến.

B : Zhǔrèn wèishéme_____?
Tại sao chủ nhiệm _____?

> méi lái
> không đến

(4) **A** : Wǒmen xiàwǔ yào kāihuì.
Buổi chiều chúng tôi phải họp.

B : Wǒmen xiàwǔ wèishéme_____?
Tại sao buổi chiều chúng tôi_____?

> yào kāihuì
> phải họp

(5) **A** : Xià xīngqí yào jiābān.
Tuần sau cần phải tăng ca.

B : Xià xīngqí wèishéme_____?
Tại sao tuần sau_____?

> yào jiābān
> cần phải tăng ca

(1) **A** : Nǐ wèishéme yào qǐngjià?
　　　Tại sao bạn lại xin nghỉ phép?

　　B : _____ .

Wǒ nǚér shēngbìng / Wǒ yǒushì
Con gái tôi bệnh/ Tôi có việc

(2) **A** : Nǐ wèishéme yào qù Húzhìmíng Shì?
　　　Tại sao bạn phải đi thành phố Hồ Chí Minh?

　　B : _____ .

Wǒ qù kāihuì / Wǒ qù zhǎo péngyǒu
Tôi đi họp/ Tôi đi gặp bạn bè

(3) **A** : Xià xīngqí wèishéme yào jiābān?
　　　Tại sao tuần sau cần phải tăng ca?

　　B : _____ .

Xiànzài shì wàngjì / Dìngdān hěn duō
Bây giờ là mùa bán đắt hàng/ Đơn đặt hàng rất nhiều

(4) **A** : Nǐ wèishéme yào yìn zīliào?
　　　Tại sao bạn phải in tài liệu?

　　B : _____ .

Xiàwǔ yào kāihuì / Míngtiān yào kāihuì
Buổi chiều cần mở cuộc họp/ Ngày mai cần mở cuộc họp

(5) **A** : Zhǔrèn jīntiān wèishéme méi lái?
　　　Tại sao hôm nay chủ nhiệm không đến?

　　B : _____ .

Wǒ bù zhīdào / Tā yǒushì
Tôi không biết/ Ông ấy có việc

(1) **A** : Qǐng nǐ zhǔnbèi shí bēi kāfēi.
         Xin bạn chuẩn bị mười tách cà phê.

    B : A! Zhème_____!
    Ồ, Thật là_____!

(2) **A** : Wǒ yǐjīng jiāle wǔ tiān bān le.
         Tôi đã tăng ca năm ngày rồi.

    B : A! Zhème_____!
    Ồ, Thật là_____!

(3) **A** : Wǒ jīntiān xiūle shí tái jīqì.
         Hôm nay tôi sửa được mười cái máy.

    B : Wa! Zhème_____!
    Ồ, Thật là_____!

(4) **A** : Jīntiān gōngchǎng jiāle hěn duō cài.
         Hôm nay nhà máy thêm rất nhiều món ăn.

    B : Wa! Zhème_____!
    Ồ, Thật là_____!

(5) **A** : Jiàdān yào xiān qǐng zǔzhǎng qiānmíng, zài qǐng zhǔrèn qiānmíng.
         Đơn xin nghỉ phép cần phải xin tổ trưởng kí tên trước, sau đó xin chủ nhiệm ký sau

    B : A ! Zhème_____!
    Ồ, Thật là _____!

1. duō
   nhiều

2. máng
   bận

3. lèi
   mệt

4. xīnkǔ
   vất vả

5. hǎo
   tốt, đẹp, khỏe

6. máfán
   làm phiền

(1) **A** : Tāmen qǐng shéme jià?
     Các anh ấy xin nghỉ phép gì ?

   B : Yǒu rén_____, yǒu rén_____.
        Có người_____, có người_____.

> shìjià / bìngjià
> nghỉ bận việc/ nghỉ ốm

(2) **A** : Nǐmen yào shéme?
     Các bạn muốn uống gì ?

   B : Yǒu rén_____, yǒu rén_____.

> yào kāfēi/yào chá
> uống trà/ uống cà phê

(3) **A** : Zhè jǐ ge rén wèishéme méi lái?
     Tại sao mấy người này không đến?

   B : Yǒu rén_____, yǒu rén_____.

> fāshāo/yǒushì
> bị sốt/có việc

(4) **A** : Nǐmen lái gōngsī jǐ nián le?
     Các bạn làm ở công ty mấy năm rồi?

   B : Yǒu rén_____, yǒu rén_____.

> sān nián/wǔ nián
> ba năm/năm năm

(5) **A** : Tāmen zuò shéme?
     Các anh ấy làm gì?

   B : Yǒu rén_____, yǒu rén_____.

> kāihuì (họp)   liáotiān (nói chuyện)

> chànggē (ca hát)   tiàowǔ (khiêu vũ)

Yǒu rén + V, yǒu rén +V	Miêu tả hoặc liệt kê	**Yǒu rén** shēngbìng , **yǒu rén**
有人+V,有人+V	描述 或 列舉	yǒushì.

(1) A： Měizhēn qǐngjià, yǒu rén dàibān ma?
     Mỹ Trân xin nghỉ phép, có người thay ca không?

     B： Yǐjīng_____hǎo le._____dàibān.
     Đã_____ ổn thỏa rồi. _____thay ca.

(2) A： Nǐmen bùmén de jīqì zuótiān huài le, xiànzài háishì bú dòng ma?
     Máy móc ở bộ phận các bạn, hôm qua bị hỏng, bây giờ vẫn không hoạt động à?

     B： Búshì, yǐjīng_____hǎo le.
     Không phải, đã_____ổn thỏa rồi.

(3) A： Míngtiān yào kāihuì, yǒu hěn duō shì yào zuò.
     Ngày mai cần phải mở cuộc họp, có rất nhiều việc phải làm.

     B： Duì, zīliào wǒ dōu_____hǎo le.
     Đúng vậy. Tài liệu tôi đều _____ ổn thỏa rồi.

(4) A： Yuèdǐ nǐ yào qù Húzhìmíng Shì, nǐ qǐngjiàle ma?
     Cuối tháng bạn muốn đi thành phố Hồ Chí Minh, bạn xin nghỉ phép chưa?

     B： Qǐngle, jiàdān yǐjīng_____hǎo le.
     Xin rồi, đơn nghỉ phép đã _____ ổn thỏa rồi.

(5) A： Xià xīngqí kāihuì yào yòng diànnǎo gēn tóuyǐngjī.
     Tuần sau họp cần phải sử dụng máy tính và máy chiếu.

     B： Wǒ zhīdào, dōu yǐjīng_____hǎo le.
     Tôi biết rồi, đều đã_____ổn thỏa rồi.

V+ *hǎo le* V+好了	Biểu thị động tác đã hoàn thành 動作完成	Chén zhǔrèn qǐng *le* sān tiānjià.

4. Jiǎosè bànyǎn 角色扮演 Phân vai

Đinh Quốc Minh phải đi thành phố Hồ Chí Minh họp, gọi điện xin chủ nhiệm Trần Vạn Lập cho nghỉ phép.

丁國明要去胡志明市開會，打電話跟陳萬立主任請假。

xìngmíng 姓名 (Họ tên)：	**Dīng Guómíng 丁國明** (Đinh Quốc Minh)
qǐngjià 請假 (Xin nghỉ phép)：	**gōngjià 公假** (Nghỉ phép việc công)
yuányīn 原因 (Nguyên nhân)：	**kāihuì 開會** (dự họp)
qǐngjià rìqí 請假日期 (Ngày nghỉ phép)：	**míngtiān xiàwǔ 明天下午** (chiều ngày mai)

Yuènán Shèhuì Zhǔyì Gònghéguó 越南社會主義共和國
CỘNG HÒA XÃ HỘI CHỦ NGHĨA VIỆT NAM

Dúlì-zìyóu-xìngfú 獨立-自由-幸福
ĐỘC LẬP- TỰ DO- HẠNH PHÚC

Qǐngjià dān 請假單
ĐƠN XIN NGHỈ PHÉP

Zhì 致 (Kính gửi) :   **Gōngsī zhǔguǎn** 公司主管 **(Ban Giám Đốc Công Ty)**
Rénshì xíngzhèng kē 人事行政科 **(Phòng Hành chính – Nhân sự)**

Qǐngjià rén xìngmíng (Tôi tên là)..

Zhíyuán biānhào (MSNV) : .... Bùmén (Bộ phận):...

Dìzhǐ, liánxì diànhuà
Địa chỉ và số điện thoại liên lạc khi cần thiết:...

Qǐngjià shíjiān 請假時間 (Trong thời gian) .... rì 日 (ngày)
(Zì 自〈Kể từ ngày〉.......................zhì 至〈đến hến ngày 〉.............)

Qǐngjià yuányīn 請假原因(Lý do xin nghỉ phép):

....

Dàilǐ rén (thay mặt quản lý):...................... Bùmén (Bộ phận) : ....

Dānwèi/bùmén zhǔguǎn 單位/部門主管 (Trưởng BP):

Qǐngjià rén 請假人(Người làm đơn):

Xíngzhèng rénshì kēzhǎng 行政人事科長(TP.HCNS):

Gōngsī zhǔguǎn 公司主管(Ban giám đốc):

Dì wǔ kè Gōngsī guīdìng

第五課　　　　　公司規定
Bài 5:　　　　　**Quy định cua công ty**

1. Duìhuà (1) 對話(1)　 Đối thoại (1)

早上．工廠外面。**Buổi sáng. Bên ngoài nhà máy**

 : Měizhēn, xiànzài qī diǎn shí fēn, nǐ chídào le.
美珍，　現在　七　點　十　分，你　遲到　了。

Mỹ Trân, bây giờ là 7 giờ 10 phút. Bạn đến muộn rồi.

: Duìbùqǐ, lù shàng sāichē.
對不起，路　上　塞車。

Xin lỗi, tôi bị tắc đường.

: Nǐ zuìjìn chángcháng chídào, zěnme le?
你　最近　常常　　遲到，怎麼　了？

Gần đây cô thường đến muộn, có chuyện gì thế?

: Nǚér shēngbìng, hái méi hǎo.
女兒　生病，　　還　沒　好。

Con gái tôi bị ốm, vẫn chưa khỏii.

: Bù néng zhǔnshí dào, yào xiān dǎ diànhuà.
不　能　準時　到，要　先　打　電話。

Nếu không thể đến đúng giờ, phải gọi điện thoại trước.

: Yǐhòu wǒ zǎo yìdiǎn chū mén.
以後　我　早　一　點　出　門。

Sau tôi sẽ đi sớm hơn.

---

1. diǎn 點 giờ
2. fēn 分 phút
3. chídào 遲到 đến trễ
4. duìbùqǐ 對不起 xin lỗi
5. lù shàng 路上 trên đường
6. sāichē 塞車 kẹt xe
7. chángcháng 常常 thường
8. néng 能 có thể
9. zhǔnshí 準時 đúng giờ
10. dào 到 đến
11. dǎ 打 làm, đánh
12. diànhuà 電話 điện thoại
13. yǐhòu 以後 sau, sau này
14. huì 會 sẽ
15. mén 門 (cửa)

2. Fāyīn liànxí 發音練習 Luyện phát âm

練習下列的詞與詞組 Tập phát âm từ và cụm từ dưới đây

chí 遲	lù 路	sāi 塞	qǐ 起	zuì 最	zǎo 早	mén 門	néng 能
chídào 遲到	lù shàng 路上	sāichē 塞車	duìbùqǐ 對不起	zuìjìn 最近	zǎoshàng 早上	chūmén 出門	bù néng 不能
╱╲	╲ ╲	─ ─	╲╲╲	╱ ╲	╲ ╲	─ ╱ ╲	╲ ╲

3. Shuōshuo shùzì 說說數字 Tập nói số

11	12	13	14	15	16	17	18	19	20
shíyī	shíèr	shísān	shísì	shíwǔ	shíliù	shíqī	shíbā	shíjiǔ	èrshí
21	**22**	**23**	**24**	**25**	**26**	**27**	**28**	**29**	**30**
èrshíyī	èrshíèr	èrshísān	èrshísì	èrshíwǔ	èrshíliù	èrshíqī	èrshíbā	èrshíjiǔ	sānshí
41	**42**	**43**	**44**	**45**	**46**	**47**	**48**	**49**	**50**
sìshíyī	sìshíèr	sìshísān	sìshísì	sìshíwǔ	sìshíliù	sìshíqī	sìshíbā	sìshíjiǔ	wǔshí
51	**52**	**53**	**54**	**55**	**56**	**57**	**58**	**59**	**60**
wǔshíyī	wǔshíèr	wǔshísān	wǔshísì	wǔshíwǔ	wǔshíliù	wǔshíqī	wǔshíbā	wǔshíjiǔ	liùshí
91	**92**	**93**	**94**	**95**	**96**	**97**	**98**	**99**	**100**
jiǔshíyī	jiǔshíèr	jiǔshísān	jiǔshísì	jiǔshíwǔ	jiǔshíliù	jiǔshíqī	jiǔshíbā	jiǔshíjiǔ	yìbǎi

4. **Shuōshuokàn 說說看 (Tập nói)**

(1) A : Xiànzài jǐ diǎn le?
    Bây giờ là mấy giờ?

   B : Xiànzài_____.
       Bây giờ là _____.

(2) A : Nǐ jǐ diǎn shàngbān?
       Mấy giờ bạn đi làm?

   B : Wǒ_____shàngbān.
       _____ tôi đi làm.

(3) A : Wǒmen jǐ diǎn kāihuì?
       Mấy giờ chúng ta họp?

   B : Wǒmen_____kāihuì.
       _____ chúng ta họp.

上午(buổi sáng)
中午(buổi trưa)
下午(buổi chiều)

shàngwǔ 10:30
shàngwǔ 07:10
shàngwǔ 07:00
zhōngwǔ 12:00
xiàwǔ 02:00
shàngwǔ 11:45
xiàwǔ 06:05
xiàwǔ 04:55

(1) A : Nǐ chídào le.
       Bạn đến muộn rồi.

   B : Duìbùqǐ,_____.
       Xin lỗi,_____.

(2) A : Qǐng nǐ yǐngyìn shí fèn zīliào.
       Bạn in mười bản tài liệu nhé.

   B : Duìbùqǐ,_____.
       Xin lỗi,_____.

lùshàng sāichē
tắc đường

yǐngyìn jī huài le
máy in bị hỏng rồi

(3) **A**：Jīntiān qǐng nǐ wǎn yìdiǎn xiàbān.
　　　 Hôm nay bạn tan ca muộn một chút nhé.

　　 B：Duìbùqǐ,_____.
　　　 Xin lỗi, _____.

(4) **A**：Měizhēn qǐngjià, qǐng nǐ dàibān.
　　　 Mỹ Trân xin nghỉ phép, bạn làm thay nhé.

　　 B：Duìbùqǐ,_____.
　　　 Xin lỗi, _____.

(5) **A**：Jīqì huài le, qǐng nǐ lái xiūlǐ.
　　　 Máy móc bị hỏng, anh đến sửa nhé.

　　 B：Duìbùqǐ,_____.
　　　 Xin lỗi, _____.

> wǒ yǒushì
> tôi có việc

> wǒ hěn máng
> tôi rất bận

> wǒ yǐjīng xiàbān le
> tôi đã tan ca rồi

3

(1) **A**：Měizhēn zuìjìn chángcháng chídào.
　　　 Gần đây Mỹ Trân thường đến muộn.

　　 B：Tā zěnme le?
　　　 Cô ấy làm sao thế?

(2) **A**：Wǒ hǎo máng, hǎo lèi.
　　　 Tôi rất bận, rất mệt.

　　 B：_____?

(3) **A**：Jīqì bú dòng le.
　　　 Máy móc trục trặc không chạy.

　　 B：_____?

(4) **A**：Zhǔrèn jīntiān qǐngjià.
　　　 Chủ nhiệm hôm nay xin nghỉ phép.

　　 B：_____?

Nǚér zěnme le?

Nǚér shēngbìng, hái méi hǎo.

(5) **A** : Wǒ jīntiān yào wǎn yìdiǎn xiàbān.
Hôm nay tôi muốn tan ca trễ một chút.

  B : _____?

4

(1) **A** : Nǐ nǚér shēngbìng, hǎo le ma?
Con gái của bạn bị bệnh, đã khỏi chưa?

  B : Hái méi hǎo.
Vẫn chưa khỏi.

(2) **A** : Jīqì xiūlǐ hǎo le ma?
Máy móc sửa xong chưa?

  B : Hái méi _____.
Vẫn chưa _____.

(3) **A** : Tóuyǐngjī zhǔnbèi hǎo le ma?
Máy chiếu chuẩn bị xong chưa?

  B : Hái méi_____.
Vẫn chưa _____.

(4) **A** : Yīshēng zhèngmíng shēnqǐng hǎo le ma?
Đã xin được chứng minh của bác sĩ chưa?

  B : Hái méi_____.
Vẫn chưa _____.

(5) **A** : Zhǔrèn zhǎo nǐ qù, yǒu shéme shì?
Chủ nhiệm tìm bạn có việc gì vậy ?

  B : Bù zhīdào, wǒ hái méi_____.
Vẫn chưa _____.

1.	xiūlǐ
	sửa chữa
2.	zhǔnbèi
	chuẩn bị
3.	shēnqǐng
	xin
4.	qù
	đi

(1) **A**：Míngtiān zǎoshàng liù diǎn nǐ néng bù néng lái gōngsī?
Sáng mai bạn có thể đến công ty lúc 6 giờ không?

B：Wǒ néng lái gōngsī.
Tôi có thể.

(2) **A**：Jīntiān nǐ néng bù néng jiābān?
Hôm nay bạn có thể tăng ca không?

B：_____.

(3) **A**：Xià xīngqí nǐ néng bù néng dàibān?
Tuần sau bạn có thể làm thay người khác không?

B：_____.

(4) **A**：Nǐ míngtiān néng bù néng lái xiūlǐ jīqì?
Ngày mai bạn có thể đến công ty sửa chữa máy móc không?

B：_____.

(5) **A**：Jīntiān xiàwǔ néng bù néng zhǔnshí kāihuì?
Chiều hôm nay có thể họp đúng giờ không?

B：_____.

néng 能	Biểu thị có khả năng hay có điều kiện để làm việc. 表示有能力或條件做事	Bù néng zhǔnshí dào, yào xiān dǎ diànhuà.

(1) **A**：Nǐ wèishéme zhème wǎn lái?
Tại sao bạn lại đến trễ như thế?

B：Duìbùqǐ, yǐhòu_____.
Xin lỗi, sau _____.

(2) **A**：Zuótiān wǒmen kāihuì méiyǒu tóuyǐngjī.
Hôm qua chúng ta họp không có máy chiếu.

B：Gōngsī de tóuyǐngjī bù duō, yǐhòu_____.
Công ty không có nhiều máy chiếu, lần sau _____.

(3) **A**：Nǐ xiànzài qǐngjià, méiyǒu rén dàibān.
Hôm nay bạn xin nghỉ phép, không có ai làm thay .

B：Duìbùqǐ, yǐhòu_____.
Xin lỗi, sau này _____.

(4) **A**：Diànyuán kāi le, jīqì háishì bú dòng.
Nguồn điện mở rồi, máy móc vẫn không hoạt động.

B：Yǐhòu_____.
Sau này _____.

(5) **A**：Lù shàng sāichē, wǒmen chídào le.
Tắc đường, chúng tôi bị đến trễ rồi.

B：Duì ya, yǐhòu_____.
Đúng thế, sau này _____.

- wǒ zǎo yìdiǎn lái
  Tôi đến sớm một chút

- wǒmen zǎo yìdiǎn shēnqǐngChúng ta xin dùng sớm một chút

- wǒ zǎo yìdiǎn qǐngjià
  tôi xin nghỉ sớm một chút

- jīqì huài le, mǎshàng zhǎo rén lái xiū
  máy móc bị hỏng, tìm người đến sửa ngay lập tức

- wǒmen zǎo yìdiǎn chūmén
  chúng tôi lên đường sớm một chút

5. **Jiǎosè bànyǎn 角色扮演 Phân vai**

Mỹ Trân làm việc tại bộ phận sản xuất của công xưởng Đại Vạn ở thành phố Hồ Chí Minh, hôm nay do bị tắc đường, không thể đến nhà máy đúng giờ, cô ấy muốn gọi điện thoại cho tổ trưởng bộ phận sản xuất . Họ sẽ nói những gì?

美珍在胡志明市的大萬工廠生產部上班，今天因為路上塞車，沒辦法準時到工廠，他要打電話給生產部的組長，他們會說什麼？

Tổ trưởng bộ phận sản xuất
生產部組長
Shēngchǎn bù zǔzhǎng

Mỹ Trân
美珍
Měizhēn

1. Duìhuà (2) 對話(2) Đối thoại(2)

上午工廠裡面 Tình huống: Buổi sáng trong công xưởng.

 : Chén zhǔrèn, zhè shì Āchūn, jīntiān gāng lái de.
陳 主任， 這 是 阿春， 今天 剛 來 的。

Chủ nhiệm Trần, đây là Xuân, hôm nay mới đến.

 : Huānyíng nǐ. Wǒ xiān shuō yíxià gōngsī de
歡迎 你。我 先 說 一下 公司 的

guīdìng, nǐ zhùyì tīng.
規定， 你 注意 聽。

Hoan nghênh bạn. Tôi nói một chút về quy định của công ty, bạn chú ý nghe.

 : Wǒ zhīdào, dì yī, shàngbān yào zhǔnshí, bù kěyǐ
我 知道， 第 一，上班 要 準時， 不 可以

chídào.
遲到。

Tôi biết, thứ nhất là, đi làm phải đúng giờ, không được đến trễ.

 : Duì. Chídào tài duō, kǎojī bù hǎo, méiyǒu
對。遲到 太 多，考績 不 好， 沒有

jiǎngjīn.
獎金。

Đúng. Đến trễ nhiều quá, thẩm định hiệu suất công việc không tốt, không có tiền thưởng.

 : Dì èr, bù néng lái shàngbān, yào qǐngjià; yě bù
第二，不 能 來 上班， 要 請假；也 不

kěyǐ bàgōng.
可以 罷工。

Thứ hai, nếu không đi làm, cần phải xin nghỉ phép, cũng không được đình công?

 : Shuō de hěn duì. Rúguǒ nǐ zuòshì rènzhēn, jiù
說 得 很 對。 如果 你 做事 認真， 就

yǒu jiǎngjīn.
有 獎金。

Nói rất đúng. Nếu bạn làm việc chăm chỉ, thì sẽ có tiền thưởng.

1. zhè 這 này

2. gāng 剛 vừa

3. lái 來 đến

4. zhùyì 注意 chú ý

5. kǎojī 考績 thẩm định hiệu suất công việc

6. tīng 聽 nghe

7. jiù 就 thì, là

8. shuō 說 nói

9. guīdìng 規定 quy định

10. jiǎngjīn 獎金 tiền thưởng

11. èr 二 hai

12. dì 第 thứ

13. yě 也 cũng

14. zhīdào 知道 biết

15. kěyǐ 可以 có thể

16. suíbiàn 隨便 tùy ý

17. bàgōng 罷工 đình công

18. de 得 (bổ ngữ trình độ)

19. duì 對 đúng

20. hěn 很 rất

21. rúguǒ 如果 (nếu)

22. rènzhēn 認真 chăm chỉ

23. zuò 做 làm

2. Fāyīn liànxí 發音練習 Luyện phát âm

練習下列的詞與詞組 Tập phát âm từ và cụm từ dưới đây

zhè 這	gāng 剛	shuō 說	jīn 金	zhī 知	suí 隨	rèn 認	rú 如
zhèshì 這是	gāng lái 剛來	shuō yíxià 說一下	jiǎngjīn 獎金	zhīdào 知道	suíbiàn 隨便	rènzhēn 認真	rúguǒ 如果
＼＼	—＼	—＾	＾＼	——	—＼	＼—	＾

3. **Shuōshuokàn 說說看 Tập nói**

A : _____, Nǐmen hǎo.
_____, chào các bạn.

B : Nǐ hǎo, zhè shì_____.
Xin chào, đây là _____.

1. Chén zǔzhǎng   (Tổ trưởng Trần)
2. Ruǎn jīnglǐ   (Giám đốc Nguyễn)
3. Dīng zhǔrèn (Chủ nhiệm Đinh)
4. Lín chǎngzhǎng (Trưởng xưởng Lâm)
5. Huáng lǐngbān (Trưởng nhóm Hoàng)
6. Wáng fùlǐ   (Trợ lý giám đốc Vương)

(1) A : Āchūn, nǐ shéme shíhòu lái de?
Xuân, bạn đến làm từ bao giờ?

B : Wǒ_____.
Tôi _____.

(2) A : Āchūn, nǐ shì nǎge bùmén de?
Xuân, bạn làm ở bộ phận nào ?

B : Wǒ shì_____.
Tôi _____.

(3) A : Zhè fèn qǐngjià dān shì Zhōngwén de ma?
Đơn xin nghỉ phép này viết bằng tiếng Trung phải không?

B : Bú shì, shì_____.
Không phải, là _____.

1. Jīnnián lái de
   đến làm năm nay
2. Shēngchǎn bù de
   bộ phận sản xuất
3. Yuènán wén de
   tiếng Việt

(4) **A** : Zhè bù diànnǎo shì Táiwān de ma?
Chiếc máy tính này là của Đài Loan phải không?

B : Shì, shì _____.
Đúng rồi, là _____.

(5) **A** : Nǐ shéme shíhòu qù Húzhìmíng Shì de?
Khi nào bạn đi thành phố Hồ Chí Minh?

B : Wǒ_____.
Tôi _____.

3

(1) **A** : Zhè shì Āchūn, jīntiān gāng lái de.
Đây là Xuân, vừa đến hôm nay.

B : Nǐ hǎo, wǒ xiān_____ gōngsī de guīdìng.
Xin chào, tôi ... quy định của công ty trước.

(2) **A** : Jiǔ diǎn le, yào chídào le.
9 giờ rồi, bị trễ giờ rồi.

B : _____,wǒ mǎshàng jiù hǎo le.
_____, tôi xong ngay đây.

(3) **A** : Shí diǎn yào kāihuì, xiànzài jiǔ diǎn sìshí fēn le.
Mười giờ phải họp, bây giờ 9 giờ 40 phút rồi.

B : Hǎo, wǒ qù_____ chá gēn kāfēi.
Được, tôi đi... trà và cà phê.

(4) **A** : Jīqì huài le, zhēn máfán.
Máy móc bị hỏng, thật phiền phức.

B : Shì a, wǒ qù zhǎo rén_____.
Đúng rồi, tôi đi tìm người _____.

(5) **A**：Zuótiān kāihuì, zhǔrèn shuō shéme?
      Hôm qua họp, chủ nhiệm nói gì?

  B：Wǒ _____ zīliào.
      Tôi _____ tài liệu.

V + *yíxià* V + 一下	Biểu thị trong chốc lát 短暫貌	Wǒ xiān **shuō** yíxià gōngsī de guīdìng.

(1) **A**：Wǒ xiān shuō yíxià gōngsī de guīdìng.
      Tôi nói một chút về quy định của công ty trước.

  B：Hǎo, wǒ zhùyì_____.
      Được rồi, tôi chú ý _____.

(2) **A**：Wǒ xiànzài xiūlǐ jīqì.
      Bây giờ tôi sửa máy móc.

  B：Hǎo, wǒ zhùyì_____.
      Được rồi, tôi chú ý _____.

(3) **A**：Shēngchǎn bù, zěnme zǒu?
      Bộ phận sản xuất, đi như thế nào?

  B：Wǒ gàosù nǐ, nǐ zhùyì_____.
      Tôi nói, bạn chú ý _____.

(4) **A**：Yǐngyìn jī zěnme yòng?
      Máy in sử dụng như thế nào?

  B：Wǒ zuò yí cì, nǐ zhùyì_____.
      Tôi làm một lần, bạn chú ý _____.

tīng
nghe

kàn
nhìn,xem

(5) A：Jiàdān zěnme xiě?
　　　Đơn xin nghỉ viết như thế nào?

　　B：Wǒ shuō yí cì, nǐ zhùyì_____.
　　　Tôi nói một lần, bạn chú ý _____.

5

(1) A：Gōngsī yǒu shéme guīdìng?
　　　Công ty có quy định gì?

　　B：_____.

(2) A：Wǒ kěyǐ kāi diànyuán ma?
　　　Tôi có thể mở nguồn điện không?

　　B：Jīqì hái méiyǒu xiūlǐ hǎo,_____.
　　　Máy móc vẫn chưa sửa xong, _____.

(3) A：Wǒ nǚér shēngbìng le, wǒ bù néng qù shàngbān.
　　　Con gái tôi bị bệnh, tôi không thể đi làm.

　　B：Nǐ_____.
　　　Bạn _____.

(4) A：Wǒmen xià xīngqí kāihuì yào yòng tóuyǐngjī.
　　　Tuần sau chúng ta họp cần dùng máy chiếu.

　　B：Nǐ_____.
　　　Bạn _____.

(5) A：Yuèdǐ yào chū huò, shéi kěyǐ jiābān?
　　　Cuối tháng phải xuất hàng, ai có thể tăng ca?

　　B：_____.

---

1. bù kěyǐ chídào
   không được đến trễ

2. bù kěyǐ kāi
   diànyuán
   không được mở
   nguồn điện

3. kěyǐ qǐng shìjià
   có thể xin nghỉ bận
   việc

4. kěyǐ qù
   bàngōngshì
   shēnqǐng
   có thể đến văn phòng
   xin

5. Wǒ kěyǐ jiābān /
   ***kěyǐ jiābān
   Tôi có thể tăng ca /
   *** có thể tăng ca

(1) **A**：Wǒ jīntiān yào jiābān.
　　　Hôm nay tôi phải tăng ca.

　　B：_____.

(2) **A**：Zhège yuèdǐ yào gǎn huò.
　　　Cuối tháng này cần làm hàng gấp.

　　B：Duì, wǒmen bù kěyǐ chídào,_____.
　　　Đúng, chúng ta không thể đến trễ, _____.

(3) **A**：Gōngsī yǒu shéme guīdìng?
　　　Công ty có quy định gì?

　　B：Bù kěyǐ chídào,_____.
　　　Không thể đến trễ, _____.

(4) **A**：Hěn gāoxìng rènshì nǐ.
　　　Rất vui được làm quen với bạn.

　　B：_____.

(5) **A**：Zuìjìn guò de zěnmeyàng?
　　　Dạo này bạn thế nào?

　　B：Tiāntiān jiābān, hěn xīnkǔ,_____.
　　　Ngày nào cũng tăng ca, rất vất vả, _____.

1.　Wǒ yě yào jiābān
　　Tôi cũng phải tăng ca

2.　yě bù kěyǐ qǐngjià
　　cũng không thể xin nghỉ

3.　yě bù kěyǐ bàgōng
　　cũng không thể đình công

4.　Wǒ yě hěn gāoxìng
　　rènshì nǐ
　　Tôi cũng rất vui được
　　quen biết bạn

5.　yě hěn lèi
　　cũng rất mệt

yě 也	Biểu thị hai việc tương đồng 表示兩件事相同	Bù kěyǐ chídào, *yě* bù kěyǐ bàgōng.

(1) **A**：Wǒ lái gōngsī sān nián le.
    Tôi làm ở công ty ba năm rồi.

    B：Nǐ de Huáyǔ,_____.
    Tiếng Trung của bạn, _____.

(2) **A**：Nǐ zuótiān jiābān, jǐ diǎn zǒu de?
    Hôm qua bạn tăng ca, mấy giờ về?

    B：Shí diǎn, wǒ_____.
    10 giờ, tôi _____.

(3) **A**：Měizhēn de kǎojī zěnmeyàng?
    Thẩm định hiệu quả công việc của Mỹ Trân thế nào.

    B：Tā_____, kǎojī búcuò.
    Cô ấy... Thẩm định hiệu quả công việc rất tốt.

(4) **A**：Zhǔrèn, Chén zǔzhǎng dào gōngsī le.
    Chủ nhiệm, tổ trưởng Trần đến công ty rồi.

    B：Tā_____.
    Anh ấy _____.

(5) **A**：Zhǔrèn, míngtiān xiān dào gōngsī kāihuì, zài qù Húzhìmíng Shì, zěnmeyàng?
    Chủ nhiệm, ngày mai đến công ty họp trước, sau đó đi thành phố Hồ Chí Minh được không?

    B：_____.

1. shuō de zhēn hǎo
    nói rất tốt

2. zǒu de hěn wǎn
    về rất trễ

3. gōngzuò de hěn rènzhēn
    làm việc rất chăm chỉ

4. láide zhēn zhǔnshí
    đến rất đúng giờ

5. ānpái de zhēn hǎo
    sắp xếp rất tốt

V+de +A V+得+A	Mức độ của động tác hoặc tình trạng 動作的程度或情狀	Nǐ **shuō** *de* **hěn** duì.

(1) **A** : Wǒ nǚér shēngbìng, hái méi hǎo, wǒ míngtiān kěyǐ qǐngjià ma?
Con gái tôi bị bệnh, vẫn chưa khỏi, ngày mai tôi có thể xin nghỉ phép không?

　　B : Rúguǒ＿＿＿＿＿, nǐ jiù＿＿＿＿＿＿.
Nếu như＿＿＿＿＿, thì bạn＿＿＿＿＿＿.

(2) **A** : Míngtiān yào bú yào qù Húzhìmíng Shì?
Ngày mai có cần đi đến thành phố Hồ Chí Minh không?

　　B : Zhǔrèn shuō, rúguǒ＿＿＿＿＿＿,jiù＿＿＿＿＿.
Chủ nhiệm nói, nếu như＿＿＿＿＿＿, thì＿＿＿＿＿.

(3) **A** : Gōngsī yǒu jiǎngjīn ma?
Công ty có tiền thưởng không?

　　B : Rúguǒ＿＿＿＿＿, nǐ jiù＿＿＿＿＿＿.
Nếu như＿＿＿＿＿, thì＿＿＿＿＿＿＿.

(4) **A** : Míngtiān yǒukòng ma?
Ngày mai bạn có thời gian không?

　　B : Rúguǒ＿＿＿＿＿, jiù＿＿＿＿＿.
Nếu như＿＿＿＿＿, thì＿＿＿＿＿.

(5) **A** : Měi ge xīngqíliù dōu yào jiābān ma?
Thứ 7 nào cũng đều phải tăng ca sao?

　　B : Rúguǒ＿＿＿＿＿＿.
Nếu như＿＿＿＿＿＿.

1. míngtiān hái méi hǎo. . . kěyǐ qǐngjià
Ngày mai vẫn không khỏi... có thể xin nghỉ

2. míngtiān xiàyǔ. . . bú qù le
ngày mai trời mưa... không đi nữa

3. nǐ zuòshì rènzhēn. . . yǒu jiǎngjīn
bạn làm việc chăm chỉ... có tiền thưởng

4. bù jiābān. . . yǒu kòng
Không tăng ca... có thời gian (rảnh rỗi)

5. yào gǎn huò. . . yào jiābān
Cần làm hàng gấp... phải tăng ca

Rúguǒ +S, jiù... 如果+S，就…	**Câu điều kiện** 條件句	
		Rúguǒ zuòshì rènzhēn, **jiù** yǒu jiǎngjīn.

4. **Jiǎosè bànyǎn** 角色扮演 **Phân vai**

Quy định công ty

Thứ nhất∶Đi làm phải đúng giờ, không
được trễ giờ.
Thứ hai∶Nếu không đến làm phải xin
nghỉ phép, cũng không được
đình công.
Thứ ba∶Lúc rời đi, phải tắt nguồn điện.

公司規定
第一：上班要準時，不可以遲到。
第二：不能來上班，要請假；
也不要隨便罷工。
第三：離開時，要關電源。

Dì liù kè　Tíngdiàn guǎngbō
第六課　　　　　停電廣播
Bài 6:　　　　　Loa thông báo mất điện

1. Duìhuà (1) 對話(1) Đối thoại(1)

Guǎngbō: Dàjiā zhùyì! Dàjiā zhùyì!
廣播：　大家　注意！大家 注意！

Loa thông báo : Mọi người chú ý ! Mọi người chú ý !

Yīnwèi tíngdiàn, jīntiān tízǎo xiàbān, búyòng dǎkǎ.
因爲　　停電，　今天　提早　下班，　不用　打卡。

Do mất điện nên hôm nay được nghỉ sớm, không cần quẹt thẻ.

Líkāi yǐqián, qǐng bǎ diànyuán guānshàng.
離開　以前，請　把　電源　　關上。

Trước khi đi, đề nghị tắt nguồn điện.

Xīngqítiān shàngwǔ bǔbān, qǐng zhǔnshí lái shàngbān.
星期天　　上午　補班，請　準時　來　上班。

Buổi sáng chù nhật làm bù, đề nghị đi làm đúng giờ.

---

1. guǎngbō 廣播 phát thanh
2. yīnwèi 因爲 vì, do, bởi vì
3. tíngdiàn 停電 cúp điện, mất điện, cắt điện
4. tízǎo 提早 (làmviệc gì đó) sớm
5. búyòng 不用 không cần
6. dǎ 打 quẹt, đánh
7. kǎ 卡 thẻ
8. líkāi 離開 rời khỏi, đi khỏi
9. yǐqián 以前 trước
10. bǎ 把 (giới từ)
11. guān 關 tắt
12. xīngqítiān 星期天 Ngày chù nhật
13. shàngwǔ 上午 buổi sáng
14. bǔ 補 bổ sung

2. Fāyīn liànxí 發音練習 Luyện phát âm

練習下列的詞與詞組 Tập phát âm từ và cụm từ dưới đây

guǎng 廣	qián 前	zǎo 早	qí 期	yīn 因	quán 全
guǎngbō 廣播	yǐqián 以前	tízǎo 提早	xīngqítiān 星期天	yīnwèi 因爲	ānquán 安全
＼ ―	＼ ／	＼ ＼	― ＼ ／ ＿	― ＼	― ／

3. Shuōshuokàn 說說看 Tập nói

1 ➤ yīnwèi＿＿＿ (bởi vì＿＿＿＿)

(1) A：Āmíng shuō jīntiān xiàwǔ bú shàngbān, zěnme le?

Minh nói buổi chiều hôm nay không phải đi làm, có vấn đề gì vậy ?

> tíngdiàn
> (mất điện)

B：Yīnwèi＿＿＿＿＿ , jīntiān xiàwǔ bú shàngbān.

Bởi vì＿＿＿＿＿＿, (buổi) chiều hôm nay không phải đi làm.

(2) A：Āchūn gōngzuò hěn rènzhēn.

Xuân làm việc rất chăm chỉ.

> gōngzuò rènzhēn
> (làm việc chăm chỉ)

B：Shì a, yīnwèi Āchūn ＿＿＿＿＿ , jīnnián lǐngle hěn duō jiǎngjīn.

Đúng thế, bởi vì Xuân＿＿＿＿＿＿, năm nay nhận được rất nhiều tiền thưởng.

(3) A：Nǐ zuótiān méiyǒu lái shàngbān, zěnme le?

　　Ngày hôm qua bạn không đi làm, sao vậy?

　B：Yīnwèi_____ , wǒ zuótiān qǐngjià.

　　Bởi vì_____, hôm qua tôi xin nghỉ.

(4) A：Zhège xīngqí hěn máng, zěnme le?

　　Tuần này bận quá, sao vậy?

　B：Yīnwèi_____duō, zhège xīngqí dàjiā dōu jiābān.

　　Bởi vì… nhiều, tuần này mọi người đều phải tăng ca.

(5) A：Āmíng xiànzài cái lái shàngbān, zěnme le?

　　Bây giờ Minh mới đi làm, sao vậy?

　B：Yīnwèi_____ , Āmíng jīntiān chídào.

　　Bởi vì…, hôm nay Minh đến trễ.

2 búyòng_____(không cần____)

(1) A：Jīntiān xiàbān búyòng dǎkǎ ma?

　　Hôm nay tan ca không cần quẹt thẻ sao?

　B：Yīnwèi tíngdiàn, jīntiān xiàbān búyòng_____.

　　Bởi vì mất điện, hôm nay tan ca không cần _____.

(2) A：Zhège xīngqí bù jiābān ma?

   Tuần này không tăng ca sao?

   B：Zhège xīngqí huò dōu chūwánle, suǒyǐ búyòng _____.

   Hàng (của) tuần này đều xuất đi hết rồi, cho nên không cần _____.

jiābān

(tăng ca)

(3) A：Míngtiān bú shàngbān ma?

   Ngày mai không đi làm sao ?

   B：Míngtiān Zhōngqiū Jié, suǒyǐ búyòng _____.

   Ngày mai là trung thu, cho nên không cần_____.

shàngbān

(đi làm, vào làm)

(4) A：Míngtiān bù kāihuì ma?

   Ngày mai không họp sao ?

   B：Míngtiān jīnglǐ qǐngjià, suǒyǐ búyòng _____.

   Ngày mai giám đốc xin nghỉ, cho nên không cần_____.

kāihuì

(họp)

(5) A：Nǐ děng yíxià yòng diànnǎo ma?

   Lát nữa bạn dùng máy tính à?

   B：Wǒ děng yíxià yào yòng diànnǎo, suǒyǐ búyòng _____.

   Lát nữa tôi cần dùng máy tính, cho nên không cần_____.

guān diànyuán

(tắt nguồn điện)

3 _____yǐqián （trước khi_____）

(1) A：Líkāi yǐqián, yào zuò shéme?

　　Trước khi rời khỏi, phải làm gì?

　B：_____yǐqián, qǐng guānshàng jīqì.

　　Trước khi_____, đề nghị tắt nguồn điện.

(2) A：Shàngbān yǐqián, yào zuò shéme?

　　Trước khi vào làm việc, phải làm gì?

　B：_____yǐqián, qǐng xiān dǎkǎ.

　　Trước khi_____, đề nghị quẹt thẻ.

(3) A：Kāihuì yǐqián, yào zuò shéme?

　　Trước khi họp, phải làm gì?

　B：_____yǐqián, qǐng zhǔnbèi zīliào.

　　Trước khi_____, đề nghị chuẩn bị tài liệu.

(4) A：Qǐngjià yǐqián, yào zuò shéme?

　　Trước khi xin nghỉ phép, phải làm gì?

　B：_____yǐqián, qǐng xiān tián jiàdān.

　　Trước khi_____, đề nghị viết đơn xin nghỉ phép.

(5) A：Xiàbān yǐqián, yào zuò shéme?

　　Trước khi tan ca, phải làm gì?

　B：Jīntiān_____yǐqián, qǐng zuòwán gōngzuò.

　　Hôm nay trước khi____, đề nghị làm xong việc.

líkāi (rời khỏi)

shàngbān (đi làm)

kāihuì (họp)

qǐngjià (xin nghỉ phép)

xiàbān (tan ca)

4 bǎ _____ (giới từ_____)

(1) A：Xiàbān yǐqián, qǐng guānshàng jīqì.

Trước khi tan ca, đề nghị tắt máy móc.

  B：Hǎo, wǒ huì bǎ _____.

Vâng, tôi sẽ_____.

(2) A：Jīntiān huí jiā yǐqián, qǐng guānshàng diànyuán.

Hôm nay trước khi về nhà, đề nghị tắt nguồn điện.

  B：Hǎo, wǒ huì bǎ _____.

Vâng, tôi sẽ _____.

(3) A：Jīntiān xiàwǔ sān diǎn kāihuì, qǐng zhěnglǐ hǎo zīliào.

3 giờ chiều hôm nay họp, đề nghị sắp xếp tài liệu đầy đủ.

  B：Shì, wǒ huì bǎ _____.

Vâng, tôi sẽ _____.

(4) A：Yào xiàbān le, diànnǎo qǐng guānjī.

Tan ca rồi, đề nghị tắt máy tính.

  B：Shì, wǒ huì bǎ _____.

Vâng, tôi sẽ _____.

(5) A：Děng yíxià yào kāihuì, zīliào qǐng zhǔnbèi hǎo.

Lát nữa phải họp, đề nghị chuẩn bị tài liệu đầy đủ.

  B：Shì, wǒ huì bǎ _____.

Vâng, tôi sẽ_____.

jīqì (máy móc)

dàmén (cửa chính, cửa trước)

zīliào (tài liệu)

diànnǎo (máy tính)

kāfēi (cà phê)

4. Jiǎosè bànyǎn 角色扮演 Phân vai

Buổi sáng công ty đột nhiên mất điện, nếu bạn là giám đốc, cần phải thông báo cho tất cả công nhân viên, mỗi nhóm nhỏ hãy thảo luận và hoàn thành nội dung thông báo.

公司上午突然停電，如果你是經理，要對全部員工廣播，請在小組內討論並完成廣播內容。

1.Duìhuà (2) 對話(2) Đối thoại(2)

：
Nǐ jiào lǐngbān qù jiǎnchá yíxià,
你 叫 領班 去 檢查 一下，

kànkàn diànyuán guānle méi?
看看 電源 關了 沒？

Anh nhắc trưởng ca đi kiểm tra xem đã tắt nguồn điện chưa?

：
Wǒ yǐjīng pài rén qù le.
我 已經 派 人 去 了。

Tôi đã cho người đi rồi.

：
Hěn hǎo! Tīngshuō yǒu jiā gōngchǎng qǐhuǒ,
很好！ 聽說 有 家 工廠 起火，
jiùshì yīnwèi diànyuán méi guān.
就是 因爲 電源 沒 關。

Rất tốt! Nghe nói có một nhà máy gặp hỏa hoạn, là vì không tắt nguồn điện.

：
Xìnghǎo yuángōng fǎnyìng kuài, mǎshàng tōngbào.
幸好 員工 反應 快，馬上 通報。

May mà nhân viên phản ứng nhanh, thông báo ngay lập tức.

：
Nǐ qù hòumiàn de cāngkù,
你 去 後面 的 倉庫，
wǒ qù qiánmiàn de chǎngfáng, zài jiǎnchá yí cì.
我 去 前面 的 廠房， 再 檢查 一 次。

Anh đi đến nhà kho ở đằng sau, tôi đến xưởng ở đằng trước, kiểm tra một lần nữa.

：
Hǎo, ānquán dì-yī.
好， 安全 第一。

Được, an toàn là trên hết.

1. jiào 叫 kêu, gọi, nói, nhắc
2. lǐngbān 領班 trưởng ca
3. jiǎnchá 檢查 kiểm tra
4. méi 沒 không, chưa
5. pài 派 phái, cho
6. hěn 很 rất
7. tīngshuō 聽說 nghe nói
8. jiā 家 cái
9. qǐhuǒ 起火 bốc hỏa, gặp hỏa hoạn
10. jiùshì 就是 chính là
11. xìnghǎo 幸好 may mà
12. yuángōng 員工 công nhân viên
13. fǎnyìng 反應 phản ứng
14. kuài 快 nhanh
15. tōngbào 通報 thông báo
16. hòumiàn 後面 đằng sau
17. cāngkù 倉庫 kho trữ, nhà kho
18. qiánmiàn 前面 đằng trước, trước mặt
19. chǎngfáng 廠房 xưởng
20. ānquán 安全 an toàn

2. Fāyīn liànxí 發音練習 Luyện phát âm

練習下列的詞與詞組 Tập phát âm từ và cụm từ dưới đây

chá 查	shuō 說	qǐ 起	xìng 幸	yuán 員	cāng 倉	chǎng 廠	fǎn 反
jiǎnchá 檢查	**tīngshuō** 聽說	**qǐhuǒ** 起火	**xìnghǎo** 幸好	**yuángōng** 員工	**cāngkù** 倉庫	**chǎngfáng** 廠房	**fǎnyìng** 反應
＼／	— —	∨／	＼＼	／＼	—／	∨／	＼＼

3.Shuōshuokàn 說說看 **Tập nói**

1 ┃ jiào ___qù___ (bạn bảo___đi___)

(1) A：Gōngchǎng jīqì huài le.

Máy móc ở công xưởng hư rồi.

B：Wǒ jiào_____qù_____yíxià gōngchǎng jīqì.

Tôi bảo_____đi_____máy móc ở công xưởng một chút.

(2) A：Dàjiā de gōngzuò zuò de zěnmeyàng le?

Mọi người làm việc thế nào rồi?

B：Wǒ jiào_____qù_____yíxià dàjiā de gōngzuò.

Tôi bảo_____đi_____công việc của mọi người một chút.

(3) A：Cāngkù de huò ānquán ma?

Hàng trong nhà kho an toàn không?

B：Wǒ jiào_____qù_____yíxià cāngkù de huò.

Tôi bảo_____đi_____hàng trong kho một chút.

(4) A：Xiàwǔ yào kāihuì, kāfēi gēn chá zhǔnbèile ma?

Buổi chiều cần họp, đã chuẩn bị cà phê và trà chưa?

B：Wǒ jiào_____qù_____yíxià kāfēi gēn chá.

Tôi bảo_____đi_____cà phê và trà một chút.

(5) A：Nàge diànnǎo bú dòng le.

Cái máy tính đó không hoạt động nữa rồi.

B：Wǒ jiào_____qù_____yíxià diànnǎo de diànyuán.

Tôi bảo_____đi_____nguồn điện của máy tính một chút.

---

bānzhǎng　(Tổ trưởng)
Chén zhǔrèn (chủ nhiệm Trần)
lǐngbān (trưởng ca)
Āchūn (Xuân)

---

xiūlǐ (sửa)
jiǎnchá (kiểm tra)
zhǔnbèi (chuẩn bị)
kāi (mở)

Được, tôi đi ngay lập tức?.

 2

kànkàn____le méi   (xem thử____chưa)

(1) A : Líkāi yǐqián, qǐngwèn yào zuò shéme?

Trước khi rời khỏi, xin hỏi cần phải làm gì?

B : Nǐ_____dàmén_____le méi?

Bạn_____ cửa chính đã _____ chưa?

(2) A : Shàngbān yǐqián, qǐngwèn yào zuò shéme?

Trước khi vào làm, xin hỏi cần phải làm gì?

B : Qǐng bānzhǎng_____Āmíng_____le méi?

Hỏi tổ trưởng _____Minh đã _____chưa?

(3) A : Xiàbān yǐqián, qǐngwèn yào zuò shéme?

Trước khi tan ca, xin hỏi cần phải làm gì?

B : Qǐng jīnglǐ_____dàjiā gōngzuò____le méi?

Hỏi giám đốc_____ công việc của mọi người đã_____ chưa?

(4) A : Huíjiā yǐqián, qǐngwèn yào zuò shéme?

Trước khi về nhà, xin hỏi cần phải làm gì?

B : Qǐng nǐ_____jīqì____le méi?

Bạn hãy_____ máy móc đã_____ chưa?

(5) A : Kāihuì yǐqián, qǐngwèn yào zuò shéme?

Trước khi họp, xin hỏi cần phải làm gì?

B : Qǐng Āchūn_____kāfēi_____le méi?

Hỏi Xuân đã_____ cà phê_____ chưa?

guān (tắt)

shàngbān (đi làm)

zuò (làm)

xiūlǐ (sửa chữa)

zhǔnbèi (chuẩn bị)

(1) A：Nà ge chǎngfáng de rén zuótiān wèishénme tízǎo xiàbān?

　　Hôm qua tại sao nhân viên của công xưởng đó tan ca sớm?

　　B：_____zuótiān_____.

　　　　_____hôm qua _____.

(2) A：Jīnglǐ jīntiān qǐngjià, tā zěnme le?

　　Hôm nay giám đốc xin nghỉ, ông ấy (cô ấy) làm sao thế?

　　B：_____jīnglǐ_____.

　　　　_____ giám đốc _____.

(3) A：Nǐmen shàng xīngqí méi chūhuò, wèishénme?

　　Tuần trước các bạn không xuất hàng, tại sao thế?

　　B：_____ yīnwèi shàng xīngqí_____.

　　　　_____bởi vì tuần trước_____.

(4) A：Bānzhǎng tā méilái kāihuì, tā zěnme le?

　　Tổ trưởng không đến họp, ông ấy (cô ấy) làm sao thế?

　　B：_____bānzhǎng_____.

　　　　_____ tổ trưởng_____.

jīqì huàile
(máy móc trục trặc rồi)

shēngbìng
(bị bệnh)

gǎnbùjí chūhuò
(không kịp xuất hàng)

qù Húzhìmíng Shì le
đi thành phố Hồ Chí Minh rồi

bǔ bān
(làm bù)

(5) A：Wǒmen yào gǎnhuò, kěshì tíngdiàn le, zěnme bàn?

　　Chúng ta cần làm hàng gấp, nhưng mất điện rồi, làm sao bây giờ?

　　B：_____xīngqítiān yào_____.

　　　　_____chủ nhật phải_____.

4 jiùshì yīnwèi_____ (chính là vì_____)

(1) A：Jīntiān lù shàng chē hǎo duō.

Hôm nay trên đường nhiều xe quá.

B：Shì a, wǒ jīntiān chídào_____.

Đúng thế, hôm nay tôi trễ_____.

(2) A：Jīntiān bù kāihuì. Jīnglǐ yě qǐngjià lc.

Hôm nay không họp. Giám đốc cũng xin nghỉ.

B：Jīntiān búyòng kāihuì _____.

Hôm nay không cần họp_____.

(3) A：Āchūn zuótiān qù Húzhìmíng Shì le ma?

Hôm qua Xuân đi thành phố Hồ Chí Minh rồi à?

B：Duì ya, Āchūn zuótiān méiyǒu lái kāihuì_____ .

Đúng vậy, hôm qua Xuân không đến họp_____ .

(4) A：Měizhēn shàngbān hǎo rènzhēn.

Mỹ Trân làm việc chăm chỉ quá.

B：Duì ya. Tā de jiǎngjīn duō_____.

Đúng vậy. Tiền thưởng của cô ấy nhiều_____.

(5) A：Jīqì huàile, méi rén xiūlǐ.

Máy móc hư rồi, không có ai sửa.

B：Wǒ qù zhǎo bānzhǎng_____.

Tôi đi tìm tổ trưởng_____.

---

sāichē
(kẹt xe, tắc đường)

shēngbìng
(bị bệnh)

qù Húzhìmíng Shì
đi Thành phố Hồ Chí Minh

shàngbān rènzhēn
làm việc chăm chỉ

jīqì huài lc
(máy móc trục trặc rồi)

5 ⟶ xìnghǎo_____ (may mà_____)

(1) A：Zuótiān xiàwǔ jīqì huài le.

Hôm qua máy móc trục trặc.

B：_____măshàng yǒu rén lái_____.

_____có người đến____ ngay lập tức.

(2) A：Zhège xīngqí dìngdān tài duō le.

Tuần nay đơn đặt hàng nhiều quá rồi.

B：_____dàjiā yìqǐ_____ , zhège xīngqí jiù chūhuò le.

_____mọi người cùng_____, tuần này đã xuất hàng rồi.

(3) A：Jīnglǐ jīntiān zǎoshàng shēngbìng.

Sáng hôm nay giám đốc bị bệnh.

B：_____tā xiān qǐng zhǔrèn_____le.

_____ông ấy nhờ chủ nhiệm_____.

(4) A：Jīntiān zǎoshàng sāichē.

Buổi sáng hôm nay tắc đường.

B：_____nǐ xiān gěi bānzhǎng_____le.

_____bạn_____ cho tổ trưởng.

(5) A：Zuótiān dōngbiān de gōngchǎng qǐhuǒ le.

Hôm qua nhà xưởng phía đông gặp hỏa hoạn.

B：____dàjiā_____kuài, măshàng tōngbào le.

____ mọi người_____ nhanh, thông báo ngay lập tức.

xiūlǐ
(sửa chữa)

jiābān
(tăng ca)

dàilǐ
(thay mặt / thay thế)

dǎ diànhuà
(gọi điện thoại)

fǎnyìng
(phản ứng)

6 _____de_____

(1) A：Wǒmen míngtiān zài nǎlǐ kāihuì?

　　Ngày mai chúng ta họp ở đâu?

　B：Míngtiān zài_____de_____kāihuì.

　　Ngày mai họp ở_____ _____.

(2) A：Wǒ qù nǎlǐ zhǔnbèi kāihuì zīliào?

　　Tôi (cần) đi đâu để chuẩn bị tài liệu họp?

　B：Nǐ qù_____de_____zhǔnbèi kāihuì zīliào.

　　Bạn đi_____ _____ để chuẩn bị tài liệu họp.

(3) A：Nǐ yào Āmíng qù nǎge gōngchǎng jiǎnchá diànnǎo？

　　Bạn muốn Minh đi công xưởng nào để kiểm tra máy tính?

　B：Qǐng Āmíng qù_____de_____jiǎnchá.

　　Bảo Minh đi_____ _____kiểm tra.

(4) A：Nǎge bàngōngshì kěyǐ shēnqǐng tóuyǐngjī？

　　Văn phòng nào có thể xin dùng máy chiếu?

　B：Nǐ qù_____de_____shēnqǐng tóuyǐngjī.

　　Bạn đi_____ _____xin dùng máy chiếu.

(5) A：Wǒmen qù nǎlǐ jiǎnchá jīqì？

　　Chúng ta đi đâu kiểm tra máy móc?

　B：Wǒ qù____de_____ , nǐ qù_____de_____jiǎnchá jīqì.

　　Tôi đi_____ _____, bạn đi _____ _____kiểm tra máy móc.

---

yòubiān (bên phải)

zuǒbiān (bên trái)

dōngbiān (phía đông)

xībiān (phía tây)

shàngmiàn (phía trên)

xiàmiàn (phía dưới)

qiánmiàn (đằng trước)

hòumiàn (đằng sau)

---

bàngōngshì (văn phòng)

gōngchǎng (nhà máy /

　　công xưởng)

cāngkù (nhà kho)

4. Jiǎosè bànyǎn 角色扮演 Phân vai

Tự ghi chép mỗi ngày việc phải làm trước khi rời khỏi công ty là gì? Ghi lại để lần sau lên lớp thảo luận.

記錄自己每天離開公司前的工作是什麼？記錄下來在下次上課時討論。

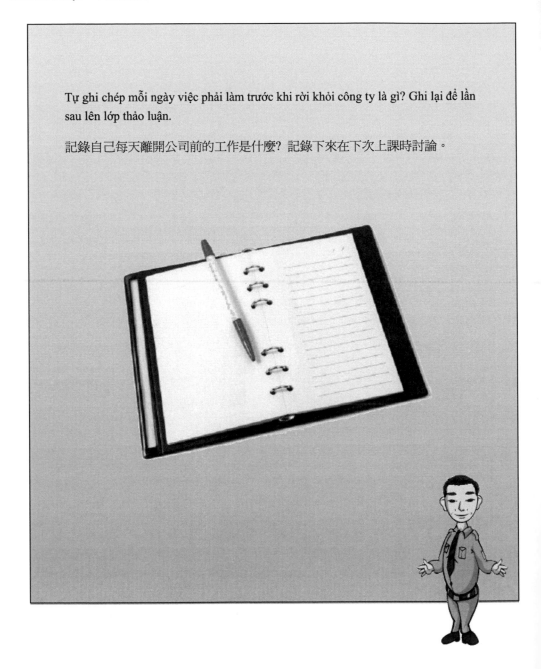

1. Duìhuà (1) 對話(1)　Đối thoại(1)

Míngtiān shì chū-èr, yào bài Tǔdìgōng.
明天　是 初二，要 拜 土地公。

Ngày mai là mùng 2, phải cúng thổ công.

Wǒ zhīdào, wǒ zhǔnbèile xiāng, jīnzhǐ, shuǐguǒ, bǐnggān gēn yǐnliào.
我　知道。我 準備 了 香、 金紙、 水果、 餅乾 跟　飲料。

Tôi biết rồi. Tôi đã chuẩn bị nhang (hương), vàng mã, trái cây, bánh và đồ uống.

Chū-èr, shíliù liǎng tiān yídìng yào bài Tǔdìgōng, bǎoyòu dàjiā píng'ān, gōngsī zhuànqián.
初 二、十六 兩 天 一定 要 拜 土地公， 保佑 大家 平安， 公司　賺錢。

Ngày mùng 2 và ngày 16, hai ngày này nhất định phải cúng thổ công, phù hộ mọi người bình an, công ty làm ăn được.

Wǒmen chū-yī, shíwǔ bài, yě yǒu rén měitiān dū bài, nà jiù zhǐ yòng xiāngyān gēn kāfēi.
我們　初一 十五 拜，也 有人 每天 都 拜， 那 就 只 用 香菸　跟 咖啡。

Chúng tôi cúng ngày mùng 1 và ngày 15, cũng có người ngày nào cũng cúng, thế thì chỉ dùng thuốc lá và cà phê.

Méi guānxi, xīnyì zuì zhòngyào.
沒 關係， 心意 最　重要。

Không sao, quan trọng nhất là lòng thành.

Duì, lǎobǎn shuō: "Yǒu bài yǒu bǎobì".
對，老闆　說 ： 「有 拜 有　保庇」。

Đúng vậy, ông chủ nói "có thờ có thiêng".

Āmíng, nǐ dǒng de zhēn duō.
阿明，你 懂 得 真 多。

Minh, bạn biết nhiều thật đấy.

1. chū-èr 初二 ngày mùng 2   2. bài 拜 cúng bái   3. Tǔdìgōng 土地公 thổ công

4. xiāng 香 nhang, hương   5. jīnzhǐ 金紙 vàng mã   6. shuǐguǒ 水果 trái cây

7. bǐnggān 餅乾 bánh   8. yǐnliào 飲料 đồ uống, thức uống   9. yídìng 一定 nhất định, chắc chắn

10. bǎoyòu 保佑 phù hộ   11. píng'ān 平安 bình an   12. zhǐ 只 chỉ

13. xiāngyān 香菸 thuốc lá   14. méi guānxi 沒關係 không sao, không sao cả

15. xīnyì 心意 tấm lòng, lòng thành   16. zuì 最 nhất   17. zhòngyào 重要 quan trọng

18. lǎobǎn 老闆 ông chủ   19. bǎobì (bǎoyòu)保庇（保佑）phù hộ   20. dǒng 懂 hiểu, hiểu biết

2. Fāyīn liànxí 發音練習 Luyện phát âm

練習下列的詞與詞組 Tập phát âm từ và cụm từ dưới đây

chū 初	zhǐ 紙	shuǐ 水	yǐn 飲	zhǐ 只	xiāng 香	xīn 心	zhòng 重	lǎo 老
chūèr 初二	jīnzhǐ 金紙	shuǐguǒ 水果	yǐnliào 飲料	zhǐ yòng 只用	xiāngyān 香菸	xīnyì 心意	zhòngyào 重要	lǎobǎn 老闆

3. Shuōshuokàn 說說看 Tập nói

1 → Jīntiān shì＿＿＿＿＿ (Hôm nay là ày＿＿＿)

(1) A：Jīntiān shì jǐ hào?
Hôm nay là ngày mấy / bao nhiêu ?

B：Jīntiān shì＿＿＿＿＿＿.
Hôm nay là ngày＿＿＿.

(2) A：Míngtiān shì jǐ hào?
Ngày mai là ngày mấy/ bao nhiêu ?

B：Míngtiān shì＿＿＿＿＿＿.
Ngày mai là ngày＿＿＿＿.

(3) A：Zuótiān shì jǐ hào?
Hôm qua là ngày mấy / bao nhiêu ?

B：Zuótiān shì＿＿＿＿＿＿.
Hôm qua là ngày＿＿＿＿.

(4) A：Hòutiān shì jǐ hào?
Ngày kia là ngày mấy/ bao nhiêu ?

B：Hòutiān shì＿＿＿＿＿＿.
Ngày kia là ngày＿＿＿＿.

(5) A：Qiántiān shì jǐ hào?
Hôm kia là ngày mấy / bao nhiêu ?

B：Qiántiān shì＿＿＿＿＿＿.
Hôm kia là ngày…

jǐ hào
(ngày mấy)

hòutiān
(ngày kia, ngày mốt)

qiántiān
(hôm kia)

補充生字 Từ bổ sung:

1.	chū-yī	初一	mùng 1
2.	chū-èr	初二	mùng 2
3.	chū-sān	初三	mùng 3
4.	chū-sì	初四	mùng 4
5.	chū-wǔ	初五	mùng 5
6.	chū-liù	初六	mùng 6
7.	chū-qī	初七	mùng 7
8.	chū-bā	初八	mùng 8
9.	chū-jiǔ	初九	mùng 9
10.	chū-shí	初十	mùng 10

2 yídìng yào_____ (nhất định hải_____)

(1) A：Chū-èr gōngsī yào zuò shéme?
Ngày mùng 2 công ty phải làm gì?

　　B：Chū-èr gōngsī yídìng yào_____.
Ngày mùng 2 công ty nhất định phải_____.

(2) A：Kāihuì yào zhǔnbèi shéme?
Họp phải chuẩn bị những gì?

　　B：Kāihuì yídìng yào_____.
Họp nhất định phải _____.

(3) A：Tíngdiàn yào zuò shéme?
Tắt điện phải làm gì?

　　B：Tíngdiàn yídìng yào_____.
Tắt điện nhất định phải_____.

(4) A：Yǒushì bù néng shàngbān zěnmebàn?
Có việc không đi làm được thì phải làm thế nào?

　　B：Bù néng shàngbān yídìng yào_____.
Không đi làm được nhất định phải_____.

(5) A：Duìbùqǐ, wǒ jīntiān shàngbān chídào le.
Xin lỗi, hôm nay tôi đi làm muộn.

　　B：Shàngbān yídìng yào_____.
Đi làm nhất định phải…

bài Tǔdìgōng
(cúng ông địa)、

zhǔnbèi zīliào
(chuẩn bị tài liệu)、

guāndiào diànyuán
(tắt nguồn điện)、

qǐngjià
(xin nghỉ phép)、

zhǔnshí
(đúng giờ)

3 zhǐ _____ (chỉ _____)

(1) A：Yuènánrén yòng shéme bài Tǔdìgōng?
Người Việt Nam cúng thổ công cái gì?

B：Zhǐ yòng_____.
Chỉ dùng_____.

(2) A：Kāihuì yào zhǔnbèi hěn duō dōngxi ma?
Họp phải chuẩn bị rất nhiều thứ à ?

B：Kāihuì zhǐ yào_____.
Họp chỉ dùng _____.

(3) A：Nǐmen chǎngfáng yǒu hěn duō jīqì ma?
Xưởng của bạn có rất nhiều máy móc à ?

B：Zhǐ yǒu_____.
Chỉ có_____.

(4) A：Nǐ yào qù Táiběi gēn Gāoxióng ma?
Bạn phải đi Đài Bắc và Cao Hùng à ?

B：Wǒ zhǐ qù_____.
Tôi chỉ đi_____.

(5) A：Zuótiān kāihuì láile hěn duō rén ma?
Buổi họp hôm qua có rất nhiều người đến à ?

B：Méiyǒu, zhǐ láile_____.
Không, chỉ có_____ đến.

xiāngyān gēn kāfēi
(Thuốc lá và cà phê)

diànnǎo gēn tóuyǐngjī
(Máy tính và máy chiếu)

liǎng tái jīqì
(Hai cái máy)

Gāoxióng
(Cao Hùng)

shí ge rén
(Mười người)

4 | _____zuì zhòngyào (quan trọng nhất là____)

(1) A：Jīntiān bàibài, wàngle mǎi xiāngyān gēn kāfēi.
Hôm nay cúng, quên mua thuốc lá và cà phê rồi.

B：Méi guānxi, _____zuì zhòngyào.
Không sao, quan trọng nhất là_____.

(2) A：Nǚér shēngbìng le, jīntiān bù néng lái shàngbān.
Con gái tôi bị bệnh, hôm nay không thể đi làm được.

B：Méi guānxi, _____zuì zhòngyào.
Không sao, quan trọng nhất là_____.

(3) A：Duìbùqǐ, lùshàng sāichē, suǒyǐ chídào le.
Xin lỗi, vì tắc đường nên tôi đến muộn.

B：Méi guānxi, _____zuì zhòngyào.
Không sao, quan trọng nhất là_____.

(4) A：Wàngjì dào le, měitiān jiābān kěyǐ ma?
Mùa đắt hàng đến rồi, ngày nào cũng tăng ca được chứ?

B：Méi guānxi, _____zuì zhòngyào.
Không sao, quan trọng nhất là_____.

(5) A：Míngtiān yào kāihuì, bù néng gēn nǐ qù Húzhìmíng Shì.
Ngày mai phải họp, không thể cùng bạn đi thành phố Hồ Chí Minh được.

B：Méi guānxi, _____zuì zhòngyào.
Không sao, quan trọng nhất là_____.

xīnyì (tấm lòng)
nǚ'ér (con gái)
ānquán (an toàn)
chūhuò (xuất hàng)
kāihuì (họp)

4. Jiǎosè bànyǎn 角色扮演 Phân vai

兩人討論為何要拜土地公？拜拜要準備什麼東西？
Hai người thảo luận tại sao phải cúng thổ công？Cúng phải chuẩn bị những cái gì？

1. Duìhuà (2) 對話(2) Đối thoại (2)

(中秋節前夕，黃天賜和陳萬立一起到公司，分送臺灣的月餅給員工。)

[Tình huống]: Hôm trước hôm tết Trung thu, Hoàng Thiên Tứ và Trần Vạn Lập cùng đến công ty tặng bánh Trung thu của Đài Loan cho công nhân viên.

Lái lái lái,　chī yuèbǐng, zhè shì Huáng lǎobǎn de yìdiǎn
來 來 來，吃 月餅，這 是 黃 老闆 的 一點
xīnyì!　Gěi dàjiā cháng yì cháng Táiwān de yuèbǐng.
心意！ 給 大家 嚐 一 嚐 台灣 的 月餅。

Nào nào ăn bánh trung thu đi, đây là chút tấm lòng của ông chủ Hoàng mời mọi người nếm thử bánh trung thu của Đài Loan.

(Ná qǐ yí kuài fènglísū)　xièxie Huáng Dǒng! Wa!
(拿 起 一塊 鳳梨 酥) 謝謝 黃 董! 哇!
Hǎo xiāng, zhēn hǎo chī!
好 香，真 好 吃!

Đinh Quốc Minh (cầm một miếng bánh dứa): Cám ơn Chủ tịch Hoàng. Thơm quá, ngon thật!

Shì a! Zhè shì Táiwān yǒumíng de fènglísū.
是 啊! 這 是 台灣 有名 的 鳳梨酥。

Ừ ! Đây là bánh dứa nổi tiếng của Đài Loan.

Míngtiān shì Zhōngqiū Jié, nǐmen yào zuò shéme?
明天 是 中秋 節,你們 要 做 甚麼？

Ngày mai là tết Trung thu, các bạn muốn làm gì?

Wǎnshàng wǒ yào hǎohǎo péi péi háizi, Zhōngqiū Jié
晚上 我 要 好好 陪陪 孩子,中秋 節
shì tāmen de jiérì, xīwàng háizimen wán de kāixīn.
是 他們 的 節日,希望 孩子們 玩 得 開心。

Buổi tối tôi muốn chơi với con tôi, tết Trung thu là tết của trẻ em, hy vọng chúng sẽ chơi thật vui vẻ

Wǒ yě shì! Chúle shǎng yuè, hái yào dài háizi qù mǎi
我 也 是! 除了 賞 月,還 要 帶 孩子去 買
wánjù, tí dēnglóng.
玩具、提燈籠。

Tôi cũng thế. Ngoài ngắm trăng, còn phải dẫn con tôi đi mua đồ chơi, rước đèn lồng

: Ń! Zhōngguórén shuō: Yuè yuán rén yuán, Zhōngqiū Jié
嗯! 中國 人說: 月 圓 人 圓, 中秋 節
gēn jiārén tuánjù, háizi kāixīn, dàrén yě kuàilè!
跟 家人 團聚, 孩子 開心, 大人也 快樂!

Ừ. Người Trung Quốc nói: "trăng tròn, gia đình đoàn tụ", tết Trung thu đoàn tụ cùng gia đình, con cái vui vẻ, người lớn cũng hạnh phúc.

1. cháng 嚐 nếm, thử

2. yuèbǐng 月餅 bánh Trung thu

3. wa 哇 (từ cảm thán) chà, ôi, ồ…

4. xiāng 香 thơm

5. chī 吃 ăn

6. yǒumíng 有名 nổi tiếng

7. fēnglísū 鳳梨酥 bánh dứa

8. Zhōngqiū Jié 中秋節 tết Trung thu

9. péi 陪 dẫn, dắt, cùng

10. háizi 孩子 trẻ em, con cái

11. tāmen 他們 các anh ấy, chúng

12. jiérì 節日 ngày lễ, tết

13. xīwàng 希望 hy vọng

14. wán 玩 chơi

15. de 得 (bổ ngữ)

16. kāixīn 開心 vui vẻ

17. chúle 除了 ngoài, ngoài ra

18. shǎng 賞 thưởng thức, ngắm

19. yuè 月 trăng

20. dài 帶 dắt, dẫn

21. mǎi 買 mua

22. wánjù 玩具 đồ chơi

23. tí 提 xách, rước

24. dēnglóng 燈籠 đèn lồng

25. Ń 嗯 ừ

26. Zhōngguó 中國 Trung Quốc

27. yuán 圓 tròn

28. tuánjù 團聚 đoàn tụ

29. dàrén 大人 người lớn

30. kuàilè 快樂 vui vẻ

2. Fāyīn liànxí 發音練習 Luyện phát âm

練習下列的詞與詞組 Tập phát âm từ và cụm từ dưới đây

cháng 嚐	yuè 月	jié 節	péi 陪	shǎng 賞	mǎi 買	tí 提	jù 聚	kuài 快
cháng yì cháng 嚐一嚐	yuèbǐng 月餅	jiérì 節日	péi háizi 陪孩子	shǎng yuè 賞月	mǎi wánjù 買玩具	tí dēnglóng 提燈籠	tuánjù 團聚	kuàilè 快樂

3. Shuōshuokàn 說說看 Tập nói:

補充生詞 Từ bổ sung：
héfěn 河粉　phở

(1) A：Nǐ zuò de héfěn hǎo xiāng.
　　　Phở bạn nấu thơm quá.

　　B：Lái lái lái, ___yì___ .
　　　Nào,____thử đi.

1. cháng (thử)

2. kàn (xem)

(2) A：Nǐ děng yíxià qù gōngsī zuò shéme?
　　　Lát nữa bạn đến công ty làm gì?

3. xiū (sửa chữa)

　　B：Wǒ qù gōngsī___yí___chǎngfáng.
　　　Tôi đến công ty_____nhà xưởng một chút.

4. yìn (in)

5. hē (uống)

(3) A：Jīqì búdòng le, zěnmebàn?
　　　Máy không hoạt động nữa, làm sao bây giờ?

　　B：Mǎshàng qǐng rén lái___yì___ .
　　　Ngay gọi người đến_____.

(4) A：Xiàwǔ yào kāihuì, Wáng xiǎojiě zīliào zhǔnbèi hǎo le ma?
　　　Buổi chiều phải họp, chị Vương đã chuẩn bị xong tài liệu họp chưa?

　　B：Wǒ mǎshàng qù___yí___ .
　　　Tôi đi____luôn đây.

補充生詞 Từ bổ sung：
wèn 問　hỏi
hái shì 還是 hay

(5) A：Nǐ yào hē chá hái shì kāfēi?
　　　Bạn muốn uống trà hay cà phê?

　　B：Xièxie, wǒ yào___yì___ Yuènán kāfēi.
　　　Cảm ơn, tôi muốn____cà phê Việt Nam.

2 ____yìdiǎn xīnyì (____một chút tấm lòng)

(1) A：Xièxie nǐ sòng de yuèbǐng.
　　　Cảm ơn bạn tặng bánh Trung thu cho tôi

　　B：Zhè shì_____.
　　　Đây là_____.

(2) A：Zhè shì shéme?
　　　Đây là cái gì?

　　B：Zhè shì_____ , xīwàng nǐ xǐhuān.
　　　Dây là_____, hy vọng là bạn thích.

(3) A：Zěnme zhème duō fènglísū?
　　　Sao lại nhiều bánh dứa vậy?

　　B：Zhè shì_____. Dàjiā cháng yì cháng.
　　　Đây là_____ Mọi người nếm thử xem.

(4) A：Xièxie Huáng dǒng jīntiān wǎnshàng gěi wǒmen jiācài.
　　　Cám ơn Chủ tịch Hoàng tối hôm nay thêm thức ăn cho chúng tôi.

　　B：Bú yào kèqì. Zhè shì_____.
　　　Không có gì. Đây là_____.

(5) A：Míngtiān shì Zhōngqiū Jié, jìdé yào mǎi wánjù!
　　　Ngày mai là Trung thu, nhớ phải mua đồ chơi.

　　B：Wǒ zhīdào, zhè shì_____.
　　　Tôi biết rồi, đây là_____.

1. Wǒ de yìdiǎn xīnyì
　một chút tấm lòng của tôi

2. Chén zǔzhǎng de yìdiǎn xīnyì
　một chút tấm lòng của tổ trưởng Trần

3. zǒngjīnglǐ de yìdiǎn xīnyì
　một chút tấm lòng của Tổng Giám đốc

4. Huáng Dǒng de yìdiǎn xīnyì
　một chút tấm lòng của Chủ tịch Hoàng

5. bàba māmā de yìdiǎn xīnyì
　một chút tấm lòng của cha mẹ

3 Wa! __zhēn__ (Ôi,___quá!)

(1) A：Lǎobǎn zhè xīngqí jiācài!
   Tuần này ông chủ tăng thêm thức ăn!

   B：Wa, lǎobǎn zhēn___ !
   Ôi, ông chủ_____quá!

(2) A：Qǐngjià yào jìde tián jiàdān, hái yào ānpái dàibān.
   Xin nghỉ nhớ phải viết đơn xin nghỉ, còn phải sắp xếp người làm thay.

   B：Wa, qǐngjià zhēn_____ !
   Ôi, xin nghỉ thật là_____quá!

(3) A：Děng yíxià kāihuì, wǒ yǐjīng zhǔnbèi tóuyǐngjī gēn kāihuì zīliào le.
   Chút nữa họp, tôi đã chuẩn bị xong máy chiếu và tài liệu họp rồi.

   B：Wa, zhēn_____ !
   Ôi, _____quá!

(4) A：Zhè xīngqí gōngsī yǒu shí ge rén qǐngjià.
   Tuần này công ty có 10 người xin nghỉ.

   B：Wa, qǐngjià de rén zhēn_____ !
   Ồ, số người xin nghỉ____quá!

(5) A：Zuìjìn dìngdān duō, tiāntiān yào jiābān gǎn huò.
   Gần đây đơn đặt hàng nhiều, ngày nào cũng phải tăng ca để kịp hàng.

   B：Wǒmen kěyǐ duō lǐng yìxiē qián, wa, zhēn_____ !
   Chúng ta có thể kiếm thêm một ít tiền, ôi, thật _____quá!

1. hǎo (tốt, khỏe, xong…)   2. máfán (làm phiền)   3. duō (nhiều)
4. xīnkǔ (vất vả)   5. kāixīn (vui vẻ)

4 ➤ _____de kāixīn (_____vui vẻ)

(1) A：Míngtiān shì Zhōngqiū Jié, wǒ yào péi háizi chūqù wán.
    Ngày mai là tết Trung thu, tôi phải dẫn con đi chơi.

   B：Xīwàng nǐmen___de kāixīn!
    Hy vọng các bạn _____vui vẻ!

(2) A：Wǒ yào qù gěi háizi mǎi wánjù.
    Tôi phải đi mua đồ chơi cho con.

   B：Zhù nǐmen___de kāixīn!
    Chúc các bạn_____vui vẻ!

(3) A：Zhè shì Táiwān yǒumíng de fènglísū!
    Đây là bánh dứa nổi tiếng của Đài Loan !

   B：Wa, zhēn xiāng! Xīwàng nǐ___de kāixīn!
    Ôi, thơm quá! Hy vọng bạn_____vui vẻ!

1. wán(chơi)

2. mǎi (mua)

3. chī (ăn)

4. gōngzuò (làm việc)

5. guò (đón, qua)

(4) A：Jīnglǐ, nín hǎo, wǒ shì jīntiān gāng lái de Āzhēn, zài shēngchǎn bùmén.
    Chào Giám đốc, tôi là Trân, hôm nay mới đến, làm ở tổ sản xuất.

   B：Huānyíng nǐ dào gōngsī lái, xīwàng nǐ___de kāixīn!
    Hoan nghênh bạn đến công ty, hy vọng bạn _____vui vẻ!

(5) A：Wǒ xià le bān yào qù chànggē.
    Sau khi tan ca tôi muốn đi hát.

補充生詞 Từ bổ sung：
chàng (hát)

   B：Zhù nǐ___de kāixīn!
    Chúc bạn_____vui vẻ!

5 chúle____, hái_____ (____ngoài _____ra, còn; ngoài__, còn)

(1) A：Míngtiān Zhōngqiū Jié, kěyǐ shǎng yuè, hái kěyǐ zuò shéme?
   Ngày mai tết Trung thu, có thể ngắm trăng, còn có thể làm gì nữa?

   B：_____shǎng yuè, _____kěyǐ tí dēnglóng.
   _____ ngắm trăng,_____ có thể rước đèn lồng.

(2) A：Xiàwǔ kāihuì, chúle zhǔnbèi tóuyǐng jī, hái yào zhǔnbèi shéme?
   Buổi chiều họp, ngoài việc chuẩn bị máy chiếu, còn phải chuẩn bị cái gì?

   B：_____zhǔnbèi tóuyǐng jī, _____yào zhǔnbèi kāihuì zīliào.
   _____chuẩn bị máy chiếu,____ chuẩn bị tài liệu họp.

(3) A：Bàibài, chúle kāfēi, hái yào shéme?
   Cúng ngoài dùng cà phê, còn phải có cái gì?

   B：Bàibài,_____kāfēi, _____yào xiāngyān.
   Cúng_____ cà phê,____còn phải có thuốc lá.

(4) A：Qǐngjià chúle tián jiàdān, hái yào zuò shéme?
   Xin nghỉ ngoài việc điền đơn xin nghỉ, còn phải làm gì?

   B：Qǐngjià_____tián jiàdān, _____yào ānpái dàibān.
   Xin nghỉ_____ điền (viết) đơn xin nghỉ, _____sắp xếp người làm thay.

(5) A：Gōngsī guīdìng, shàngbān chídào, yào zuò shéme?
   Công ty quy định, đi làm trễ, phải làm gì?

   B：Gōngsī guīdìng, shàngbān chídào_____yào dǎ diànhuà, _____yào tián jiàdān.
   Công ty quy định, đi làm trễ, _____ phải gọi điện thoại, _____phải viết đơn nghỉ.

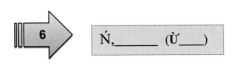

6   Ń,_____ (Ừ___)

(1) A：Zuótiān Zhōngqiū Jié, háizi wán de hěn kāixīn.
        Hôm qua tết Trung thu, lũ trẻ chơi rất vui.

     B：_____ , Dàjiā dōu hěn kāixīn!
          _____, mọi người đều rất vui!

(2) A：Jīntiān xiàbān búyòng dǎkǎ.
        Hôm nay tan ca không cần quẹt thẻ.

     B：_____ , búyòng dǎkǎ.
          _____, không cần quẹt thẻ.

(3) A：Āmíng de huáyǔ zhēn hǎo, gōngzuò yě rènzhēn!
        AMinh giỏi tiếng Hoa quá, làm việc cũng rất chăm chỉ.

     B：_____ , Āmíng shì hǎo yuángōng.
          _____, Minh là nhân viên giỏi.

(4) A：Tíngdiàn le, jìde bǎ diànyuán guānshàng!
        Cúp điện rồi, nhớ tắt nguồn điện.

     B：_____ , Wǒ mǎshàng qù.
          _____, tôi đi ngay lập tức.

(5) A：Zuótiān yǐjīng jiābān le, jīntiān hái yào jiābān ma?
        Hôm qua đã tăng ca rồi. Hôm nay vẫn phải tăng ca hả?

     B：_____ , háiyào jiābān.
          _____, vẫn phải tăng ca.

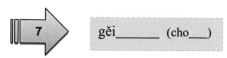

7 gěi_____ (cho___)

(1) A：Zāogāo, wǒ chídào le!
　　　Thôi rồi, tôi trễ giờ rồi!

　　B：Mǎshàng_____ Chén bānzhǎng_____.
　　　Ngay_____tổ trưởng Trần.

補充生詞 Từ bổ sung：

zāogāo 糟糕　thôi rồi

(2) A：Huáng Dǒng lái le.
　　　Chủ tịch Hoàng đến rồi.

　　B：Qù_____ Huáng Dǒng_____.
　　　Đi____Chủ tịch Hoàng.

1. dǎ diànhuà (gọi điện thoại)
2. zhǔnbèi kāfēi (chuẩn bị cà phê)
3. mǎi wánjù (mua đồ chơi)
4. jiā xīn (tăng ca)
5. qǐngjià (xin nghỉ)

(3) A：Zhōngqiū Jié dào le.
　　　Tết Trung thu đến rồi.

　　B：Wǒmen qù_____ háizimen_____.
　　　Chúng tôi____các con____.

(4) A：Wǒmen gōngsī jīnnián zhuàn le hěn duō qián.
　　　Công ty chúng tôi năm nay kiếm được rất nhiều tiền (làm ăn phát đạt).

　　B：Wǒmen yào_____ yuángōng_____.
　　　Chúng tôi phải_____nhân viên_____.

(5) A：Āzhēn shēngbìng le.
　　　Trân bị bệnh rồi.

　　B：Wǒ yào___ Āzhēn_____.
　　　Tôi muốn_____Trân.

4. Jiǎosè bànyǎn　角色扮演 Phân vai

1. Mời giáo viên nói về các câu chuyện về tết Trung thu của Trung Quốc, mời các bạn học viên phân vai diễn.

   請老師說中國中秋節的相關故事，請學生角色扮演

2. Học viên cũng nói một chút về các tập tục hoặc hoạt động trong ngày tết Trung thu của Việt Nam.

   學生也說一說越南中秋節的相關習俗或是活動。

Dì bā kè   Chī wěiyá
第八課   吃尾牙
Bài 8:   Ăn tất niên

1. Duìhuà   對話   Đối thoại

(農曆十二月十六日，越隆公司正在舉辦尾牙，招待員工和生意夥伴。)

(Ngày 16 tháng 12 âm lịch, công ty Việt Long đang tổ chức tiệc tất niên chiêu đãi công nhân viên và đối tác làm ăn.)

Jīnnián de yèjī hěn hǎo, xièxie dàjiā, xīnkǔ le.
今年 的 業績 很 好，謝謝 大家，辛苦 了。

Wǒ jìng gèwèi yì bēi!
我 敬 各位 一 杯 ！

Năm nay hiệu suất công việc rất tốt, cảm ơn mọi người, mọi người đã vất vả rồi. Tôi mời mọi người một ly.

(眾人回敬黃董)

(mọi người mời lại Chủ tịch Hoàng)

Jīntiān chúle chī wěiyá, hái yào chōujiǎng.
今天 除了 吃 尾牙，還 要 抽獎。

Xiànzài kāishǐ KTV shíjiān, qǐng diǎn gē!
現在 開始 KTV 時間，請 點 歌 ！

Hôm nay ngoài ăn tất niên, còn phải rút thăm trúng thưởng. Bây giờ bắt đầu thời gian hát karaoke, mời mọi người chọn bài.

Zhǔrèn, nǐ xiān lái ba!
主任，你 先 來 吧 ！

Chủ nhiệm, ông chọn bài đi.

(眾人歡呼。掌聲。)

(Mọi người hoan hô, vỗ tay)

(Chàng) nǐ wèn wǒ ài nǐ yǒu duō shēn,
(唱) 你 問 我 愛 你 有 多 深,

wǒ ài nǐ yǒu jǐ fēn……
我 愛 你 有 幾 分……

(hát) Anh hỏi em yêu anh sâu đậm như thế nào, em yêu anh có bao nhiêu.....

Qǐng láibīn zhǎngshēng gǔlì! Jiē xiàlái, qǐng
請 來賓 掌聲 鼓勵! 接 下來,請

wǒmen de gēhòu Āzhēn chūchǎng, chàng yì
我們 的 歌后 阿珍 出場, 唱 一

shǒu Yuènán qínggē.
首 越南 情歌。

Xin mọi người vỗ tay cổ vũ, mời ca sĩ Trân lên đây, hát một bài tình ca Việt Nam.

(眾人歡呼。掌聲。)

(Mọi người hoan hô, vỗ tay)

Hǎo bù hǎo tīng? Yào bú yào zài lái yì shǒu?
好 不 好 聽? 要 不 要 再 來 一 首?

Qǐng Āzhēn zài chàng yì shǒu Dèng Lìjūn
請 阿珍 再 唱 一 首 鄧麗君

de 'Tiánmìmì'.
的 「甜蜜蜜」。

hát hay không? Có muốn nghe thêm một bài nữa không? Mời Trân hát thêm bài "Ngọt ngào" của Đặng Lệ Quân.

(眾人歡呼。掌聲。)

(Mọi người hoan hô, vỗ tay)

Xièxie Āzhēn. Chōujiǎng shíjiān dào le.
謝謝 阿珍。 抽獎 時間 到 了,

Xiànzài qǐng Huáng Dǒng, Chén zhǔrèn lái
現在 請 黃 董、 陳 主任 來

bāng wǒmen chōujiǎng.
幫 我們 抽獎。

Cám ơn Trân. Đến giờ rút thăm trúng thưởng rồi, bây giờ mời Chủ tịch Hoàng, chủ nhiệm Trần lên giúp chúng ta rút thăm trúng thưởng.

Hǎo, wǒ zài sòng liǎng ge dà hóngbāo,
好,我 再 送 兩 個 大 紅包,

měi ge wǔshí wàn dùn, kàn shéi hǎoyùn chōu
每 個 五十 萬 盾,看 誰 好運 抽

Được. Tôi lại tặng thêm hai cái bao lì xì lớn, mỗi cái 500.000 đồng, xem ai may mắn rút trúng giải

dào dàjiǎng.　　　　　　　　　　　　　thưởng lớn.
到　大獎。

Zhòngrén:　(huānhū gǔzhǎng) Xièxie Huáng Dǒng.　　Mọi người (hoan hô,
　　　　　(歡呼　鼓掌)　謝謝　黃　董。　　　　　vỗ tay): Cảm ơn Chủ
　　　　　　　　　　　　　　　　　　　　　　　tịch Hoàng.

---

1. jīnnián 今年 năm nay　　　2. yèjī 業績 hiệu suất, kết quả kinh doanh　　3. xīnkǔ 辛苦 vất vả

4. jìng 敬 kính, mời　　　　5. gèwèi 各位 các vị　　6. bēi 杯 ly

7. wěiyá 尾牙 tiệc tất niên　　8. chōujiǎng (chōu) 抽獎(抽) rút thăm trúng thưởng (rút)

9. kāishǐ 開始 bắt đầu　　　10. shíjiān 時間 thời gian　　11. diǎn 點 gọi, chọn

12.gē 歌 bài hát　　　　　13. wèn 問 hỏi　　　　14. ài 愛 yêu

15. shēn 深 sâu sắc　　　　16. fēn 分 phần　　　17. láibīn 來賓 khách, khách tham dự

18. zhǎngshēng gǔlì 掌聲鼓勵 vỗ tay cổ vũ　　19. jiē 接 tiếp

20. xiàlái 下來 sau đây, theo đây　21. gēhòu 歌后 ca sĩ　　22. chū 出 ra, ra mặt

23. chǎng 場 sân, bãi　　24. chàng 唱 hát　　25. shǒu 首 bài hát

26. qínggē 情歌 tình ca　　27. Dèng Lìjūn 鄧麗君 Đặng Lệ Quân　28. tiámmìmì 甜蜜蜜 ngọt ngào

29. bāng 幫 giúp đỡ　　　30. sòng 送 tặng, đưa, tiễn　　31. hóngbāo 紅包 bao lì xì

32. wàn 萬 chục nghìn　　33. dùn 盾 đồng (đơn vị tiền tệ)　　34. shéi 誰 ai

35. hǎoyùn 好運 may mắn　　36. dàjiǎng 大獎 giải thưởng lớn

99

2. Fāyīn liànxí 發音練習 Luyện phát âm

練習下列的詞與詞組 Tập phát âm từ và cụm từ dưới đây

chōu 抽	chū 出	xīnkǔ 辛苦	diǎn 點	chàng 唱	jīn 今	shíjiān 時間	qíng 情	jiē 接
chōujiǎng 抽獎	chūchǎng 出場	xīnkǔ le 辛苦 了	diǎngē 點歌	chànggē 唱歌	jīnnián 今年	shíjiān dào le 時間 到 了	qínggē 情歌	jiē xiàlái 接下來

3. Shuōshuokàn 說說看 Tập nói

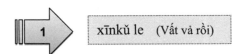

1 → xīnkǔ le (Vất vả rồi)

(1) A：Zuìjìn cháng jiābān.
     Gần đây thường tăng ca.

  B：＿＿＿＿＿.
     ＿＿＿＿＿.

(2) A：Zuìjìn měitiān gǎnhuò.
     Gần đây ngày nào cũng làm hàng gấp.

  B：{Nǐmen / dàjiā} ＿＿＿＿＿.
     {Các bạn/ mọi người}＿＿＿＿＿.

(3) A：Wǒmen yǐjīng jiā le liǎng ge xīngqí de bān le.
　　　　Chúng tôi đã tăng ca hai tuần rồi.

　　B：{ Nǐmen / dàjiā } ＿＿＿＿＿＿.
　　　　{Các bạn/ mọi người}＿＿＿＿＿＿.

(4) A：Tiāntiān jiābān hǎo lèi.
　　　　Ngày nào cũng tăng ca mệt quá.

　　B：{ Nǐmen / dàjiā } ＿＿＿＿＿＿.
　　　　{Các bạn/ mọi người}＿＿＿＿＿＿.

(5) A：Yīnwèi tíngdiàn, xīngqítiān yào bǔbān.
　　　　Vì mất điện, nên chủ nhật phải làm bù.

　　B：{ Nǐmen / dàjiā } ＿＿＿＿＿＿.
　　　　{Các bạn/ mọi người}＿＿＿＿＿＿.

2 ➤ **Wǒ jìng gèwèi yì bēi**　(Tôi mời các bạn một ly)

(1) A：Xièxie lǎobǎn, wǒmen jìng nín yì bēi.
　　　　Cám ơn giám đốc, chúng tôi mời ông một ly.

　　B：Xièxie dàjiā bāngmáng,＿＿＿＿＿＿.
　　　　Cám ơn sự giúp đỡ của mọi người,＿＿＿.

> 補充生字 Từ bổ sung:
>
> bāngmáng 幫忙 giúp đỡ

(2) A：Zhè wèi shì gāng lái de zhǔrèn.
　　　　Vị này là chủ nhiệm mới đến.

　　B：Hěn gāoxìng rènshí dàjiā,＿＿＿＿.
　　　　Rất vui mừng được làm quen với mọi người,＿＿＿.

(3) A：Huānyíng nǐ huílái tuánjù.
　　　　Chúc mừng anh quay về gặp mặt.

　　B：Xièxie dàjiā,＿＿＿＿＿.
　　　　Cảm ơn mọi người,＿＿＿.

(4) A：Dàjiā xīnkǔ le,＿＿＿＿＿＿＿.
Mọi người vất vả rồi,＿＿＿.

B：Xièxie Wáng lǎobǎn.
Cảm ơn ông chủ Vương.

(5) A：Xièxie Huáng Dǒng, wǒ jìng nín yì bēi.
Cảm ơn Chủ tịch Hoàng, tôi mời Chủ tịch một ly.

B：Xièxie dàjiā,＿＿＿＿＿＿.
Cảm ơn mọi người,＿＿＿.

3 ＿＿ba (＿đi)

(1) A: Qǐng yòng chá.
Mời dùng trà.

B: Xièxie.＿＿＿＿ba!
Cảm ơn＿＿đi!

(2) A: Qǐng diǎn {cān / gē}.
Mời chọn {món ăn/bài hát}.

B: Nín xiān＿＿＿＿ba!
Bạn＿＿ trước đi!

(3) A: Yào kāihuì le.
Đến giờ họp rồi.

B: Wǒmen＿＿＿＿＿ba!
Chúng ta＿＿đi!

(4) A: Hǎo lèi a!
Mệt quá !

B: ＿＿＿＿ba!
＿＿＿＿ đi!

(5) A: Zhè shì Táiwān de fènglísū, qǐng yòng.
Đây là bánh dứa của Đài Loan. Mời anh.

B: Xièxie. Nín yě＿＿＿＿ba!
Cảm ơn. Ông cũng... đi!

1. yìqǐ lái
cùng nhau

2. diǎn
chọn, gọi, kêu (món ăn, bài hát...)

3. zǒu
đi

4. xiūxí yíxià
nghỉ một lát, nghỉ một chút

5. cháng yí ge
thử một cái

4 Yǒu duō___ ? (Bao nhiêu___ 〈 tính từ? 〉)

(1) A ：Qǐng nǐ qù bàngōngshì shēnqǐng yǐngyìn zhǐ.
　　　Anh hãy đến văn phòng xin lĩnh giấy in.

　　B ：_____ ? Shéme shíhòu yào?
　　　_____? Bao giờ cần?

　　A ：Hěn gǎn, mǎshàng jiù yào.
　　　Rất gấp, cần ngay bây giờ.

(2) A ：Wǒ bù zhīdào gōngsī yǒu zhège guīdìng.
　　　Tôi không biết công ty có quy định này.

　　B ：Nǐ lái gōngsī_____le?
　　　Bạn làm ở công ty_____rồi?

　　A ：Wǒ shàng ge yuè gāng lái.
　　　Tôi mới đến công ty tháng trước.

1. yǒu duō gǎn
　　gấp như thế nào

2. yǒu duōjiǔ
　　bao lâu

(3) A ：Nǐ xiǎng bù xiǎng qù Xiàlóngwān?
　　　Bạn có muốn đi Vịnh Hạ Long không?

　　B ：Xiàlóngwān_____?
　　　Vịnh Hạ Long_____?

　　A ：Hěn yuǎn.
　　　Xa lắm.

3. yǒu duō yuǎn
　　bao xa

4. yǒu duō hǎo chī
　　ngon như thế nào

(4) A ：Táiwān de fènglísū hěn yǒumíng.
　　　Bánh dứa của Đài Loan rất nổi tiếng.

　　B ：Zhēn de ? _____?
　　　Thế à ? _____?

　　A ：Wǒ gěi nǐ yí ge, chīle jiù zhīdào le.
　　　Tôi cho bạn một cái, ăn là biết ngay.

5. yǒu duō dà
　　lớn/to như thế nào

(5) A ：Wǒmen gōngchǎng hěn dà.
　　　Nhà máy của chúng tôi rất lớn.

　　B ：_____ ?
　　　_____?

　　A ：Yǒu yìbǎi duō tái jīqì.
　　　Có hơn 100 cái máy móc.

5 Xiànzài/jīntiān kāishǐ_____ (Bây giờ / hôm nay bắt đầu_____)

(1) A：Dàjiā dōu dào le.
  Mọi người đều đến rồi.

  B：Xiànzài kāishǐ_____.
  Bây giờ bắt đầu_____.

(2) A：KTV shíjiān dào le.
  Đến giờ hát karaoke rồi.

  B：Xiànzài kāishǐ_____.
  Bây giờ bắt đầu_____.

(3) A：Xiàbān le.
  Tan ca rồi.

  B：Xiànzài kāishǐ_____.
  Bây giờ bắt đầu…

(4) A：Yuèdǐ yào chūhuò, máfán dàjiā gǎn yíxià.
  Cuối tháng phải xuất hàng, làm phiền mọi người làm gấp một chút.

  B：Hǎo ba, jīntiān kāishǐ_____.
  Được, hôm nay bắt đầu_____.

(5) A：Tài hǎo le, Huáng Dǒng sòngle liǎng ge dà hóngbāo.
  Tốt quá, Chủ tịch Hoàng thưởng hai bao lì xì lớn.

  B：Xièxie Huáng Dǒng, xiànzài kāishǐ_____.
  Cảm ơn Chủ tịch Hoàng, bây giờ bắt đầu_____.

1. kāihuì
  họp

2. diǎn gē
  chọn bài hát

3. dǎkǎ
  quẹt thẻ

4. jiābān gǎnhuò
  tăng ca làm gấp hàng

5. chōujiǎng
  rút thưởng

(1) A：Āzhēn chàng wán le.
　　　Trân hát xong rồi.

　 B：Chàng de zhēn hǎo, qǐng _____ zhǎngshēng gǔlì.
　　　Hát hay quá, xin____vỗ tay khích lệ.

(2) A：Bānzhǎng jīnnián dōu méi qǐngjià.
　　　Năm nay tổ trưởng đều không xin nghỉ phép.

　 B：Bānzhǎng zuì rènzhēn, qǐng_____ zhǎngshēng gǔlì.
　　　Tổ trưởng chăm chỉ nhất, xin____vỗ tay khích lệ.

(3) A：Shēngchǎn bù Chén bānzhǎng gǎnhuò gǎn de zuì kuài.
　　　Tổ trưởng Trần của tổ sản xuất làm hàng gấp nhanh nhất.

　 B：Zhēn de hěn kuài, qǐng_____ zhǎngshēng gǔlì.
　　　Nhanh thật đấy, xin____vỗ tay khích lệ.

(4) A：Yèwù bù jīnnián de yèjī zuì hǎo.
　　　Năm nay hiệu suất của tổ kinh doanh tốt nhất.

　 B：Gōngxǐ yèwù bù, qǐng_____ zhǎngshēng gǔlì.
　　　Chúc mừng tổ kinh doanh, xin____vỗ tay khích lệ

(5) A：Qǐng Āmíng niàn kèwén.
　　　Mời Minh đọc bài khóa.

　 B：Āmíng de Huáyǔ zhēn hǎo, qǐng _____zhǎngshēng gǔlì.
　　　Tiếng Hoa của Minh giỏi quá, xin____vỗ tay khích lệ

1. gèwèi
   các vị, quý vị

2. dàjiā
   mọi người

3. láibīn
   khách, khách tham dự

補充生字 Từ bổ sung:

wán 完　xong,
yèwù bù 業務部　tổ kinh doanh

7 jiē xiàlái_____ (tiếp theo_____)

(1) A：Huānyíng gèwèi lái chī wěiyá.
   Hoan nghênh các bạn đến ăn tất niên.

   B：Xièxie Huáng Dǒng. _____,qǐng Huáng Dǒng gěi dàjiā jiǎnghuà.
   Cảm ơn Chủ tịch Hoàng. _____,mời Chủ tịch Hoàng phát biểu.

(2) A：Kāi wán huì nǐ yào zuò shéme?
   Sau khi họp xong bạn phải làm gì?

   B：Kāi wán huì _____ yào qù gōngchǎng.
   Sau khi họp xong_____phải vào xưởng.

補充生字 Từ bổ sung:
jiǎnghuà 講話
nói , nói chuyện, phát biểu

(3) A：Jīqì huài le, diànyuán yě guān le, hái bú dòng.
   Máy trục trặc rồi. Nguồn điện cũng tắt rồi, vẫn không hoạt động.

   B：_____jiù yào dǎ diànhuà zhǎo rén lái xiū.
   _____ phải gọi điện cho người đến sửa.

(4) A：Xièxie dàjiā, xīnkǔ le, wǒ jìng gèwèi yì bēi.
   Cảm ơn mọi người, mọi người đã vất vả rồi, tôi mời mọi người một ly.

   B：Xièxie Huáng Dǒng. _____, qǐng Huáng Dǒng lái chōujiǎng.
   Cảm ơn Chủ tịch Hoàng. _____, mời Chủ tịch Hoàng lên rút thăm trúng thưởng.

(5) A：Āzhēn chàng wán le.
   Trân hát xong rồi.

   B：Āzhēn chàng de zhēn hǎo. _____,qǐng Chén zhǔrèn chàng.
   Trân hát hay quá. ... mời chủ nhiệm hát.

| 8 | chàng yì shǒu gē　(hát một bài〈từ ly hợp〉) |

(1) A：Nǐ háizi shēngbìng le, nǐ yào qǐngjià ma?
　　　Con của bạn bị bệnh rồi. Bạn cần xin nghỉ không?

　　 B：Duì, wǒ yào_____.
　　　Ừ, tôi phải _____.

(2) A：Míngtiān hái yào zài jiābān ma?
　　　Ngày mai lại phải tăng ca hả?

　　 B：Huò hái méi gǎn chūlái, hái yào zài_____.
　　　Hàng vẫn chưa làm xong, vẫn còn phải_____.

(3) A：KTV shíjiān dào le.
　　　Đến giờ hát karaoke rồi.

　　 B：Tài hǎo le, wǒ lái_____.
　　　Hay quá, tôi_____.

(4) A：Āzhēn hǎo jiǔ méi lái shàngbān le.
　　　Trân đã lâu không đi làm rồi.

　　 B：Tā_____.
　　　Cô ấy...

(5) A：Huáng jīnglǐ míngtiān yào huí Táiwān, zhǎo shéi dàibān?
　　　Ngày mai giám đốc Hoàng về Đài Loan, tìm ai làm thay ?

　　 B：Wǒmen kěyǐ qǐng Chén bānzhǎng_____.
　　　Chúng ta có thể mời tổ trưởng Trần_____.

1. qǐng bàn tiān shìjià
   xin nghỉ nửa ngày (bận việc)

2. jiā yì tiān bān
   tăng ca cả ngày

3. chàng yì shǒu wǒ zuì xǐhuan
   de gē
   hát một bài hát mà tôi thích nhất

4. shēng le sān tiān de bìng
   bị bệnh 3 ngày

5. dài jǐ tiān de bān
   làm thay ca mấy ngày

9 _____shíjiān dào le. (Đến giờ____rồi)

(1) A：Wǔ diǎn le.
　　　　5 giờ rồi.

　　B：_____shíjiān dào le.
　　　　Đến giờ____ rồi.

(2) A：Shí'èr diǎn le.
　　　　12 giờ rồi.

　　B：_____shíjiān dào le.
　　　　Đến giờ____rồi.

補充生字 Từ bổ sung:
chīfàn 吃飯 ăn cơm

(3) A：Sān diǎn le.
　　　　3 giờ rồi.

　　B：_____shíjiān dào le.
　　　　Đến giờ____rồi.

(4) A：Jīntiān shì shíwǔ.
　　　　Hôm nay là ngày 15.

　　B：_____shíjiān dào le.
　　　　Đến giờ____rồi.

(5) A：Huáng Dǒng huà shuō wán le.
　　　　Chủ tịch Hoàng đã nói xong rồi.

　　B：_____shíjiān dào le.
　　　　Đến giờ___rồi.

1. xiàbān
　tan ca

2. chīfàn
　ăn cơm

3. kāihuì
　họp

4. bài Tǔdìgōng
　cúng thổ công

5. chànggē
　hát

kàn shéi_____ (xem ai____)

(1) A：Xiànzài kāishǐ chànggē.
Bây giờ bắt đầu hát.

　B：Kàn shéi_____.
Xem ai_____.

(2) A：Huáng Dǒng yào sòng liǎng ge dà hóngbāo. Xiànzài kāishǐ chōujiǎng.
Chủ tịch Hoàng muốn tặng hai cái bao lì xì lớn. Bây giờ bắt đầu rút thăm trúng thưởng.

　B：Kàn shéi_____.
Xem ai_____.

(3) A：Yuèdǐ yào fāxīn le.
Cuối tháng sắp phát lương rồi.

　B：Kàn shéi_____.
Xem ai_____.

(4)A：Lǎobǎn yào dǎ kǎojī le.
Giám đốc phải đánh giá hiệu suất công việc rồi.

　B：Kàn shéi_____.
Xem ai_____.

(5)A：Chōujiǎng shíjiān dào le.
Thời gian rút thăm trúng thưởng đến rồi.

　B：Kàn shéi_____.
Xem ai_____.

1. chàng de zuì hǎo
hát hay nhất

2. zuì hǎoyùn
may mắn nhất

3. ná dào zuì duō jiǎngjīn
nhận được nhiều tiền thưởng nhất

4. qǐngjià zuì shǎo
ít xin nghỉ phép nhất

5. chōudào zuì dà de jiǎng
rút được phần thưởng lớn nhất

4.Jiǎosè bànyǎn 角色扮演 Phân vai

1. Mời giáo viên nói về các tập tục ăn tất niên của Đài Loan, mời học sinh phân vai.
   請老師說台灣吃尾牙的習俗，請學生角色扮演。

2. Học sinh làm một áp phích quảng cáo về việc ăn tiệc tất niên, và nói về hoạt động ăn
   tiệc tất niên của thương gia Đài Loan tại Việt Nam.
   學生做一張尾牙海報，也說一說越南台商的尾牙活動。

Shēngcí biǎo 生詞表 Bảng từ

A			B		
a 啊		(L3-1)	bùmén 部門		(L1-2)
ānquán 安全		(L6-2)	bù 不		(L2-1)
ai 愛		(L8-1)	ba 吧		(L3-1)
			bànfǎ 辦法		(L3-2)
			bàn tiān 半天		(L4-1)
			bàgōng 罷工		(L5-2)
			búyòng 不用		(L6-1)
			bǎ 把		(L6-1)
			bǔ 補		(L6-1)
			bài 拜		(L7-1)
			bǐnggān 餅乾 bǎoyòu		(L7-1)
			保佑		(L7-1)
			bǎobì (bǎoyòu)保庇		(L7-1)
			（保佑）		
			bēi 杯		(L8-1)
			bāng 幫		(L8-1)

C			D		
cì 次		(L2-1)	de 的		(L1-2)
chá 茶		(L2-2)	diànyuán 電源		(L2-1)
chū 出		(L3-2)	děng 等		(L2-1)
cài 菜		(L3-2)	dòng 動		(L2-1)
chídào 遲到		(L5-1)	diànnǎo 電腦		(L2-2)
chángcháng 常常		(L5-1)	diǎn 點		(L3-1)
cāngkù 倉庫		(L6-2)	dìngdān 訂單		(L3-1)
chǎngfáng 廠房		(L6-2)	dàjiā 大家		(L3-2)
chū-èr 初二		(L7-1)	diǎn 點		(L5-1)
cháng 嚐		(L7-2)	duìbùqǐ 對不起		(L5-1)
chī 吃		(L7-2)	dào 到		(L5-1)
chúle 除了		(L7-2)	dǎ 打		(L5-1)
chōujiǎng (chōu)		(L8-1)	diànhuà 電話		(L5-1)
抽獎(抽)			dì 第		(L5-2)
chū 出		(L8-1)	de 得		(L5-2)

chǎng 場	(L8-1)	duì 對	(L5-2)
chàng 唱	(L8-1)	dǎ 打	(L6-1)
		dǒng 懂	(L7-1)
		de 得	(L7-2)
		dài 帶	(L7-2)
		dēnglóng 燈籠	(L7-2)
		dàrén 大人	(L7-2)
		diǎn 點	(L8-1)
		Dèng Lìjūn 鄧麗君	(L8-1)
		dùn 盾	(L8-1)
		dàjiǎng 大獎	(L8-1)

E		F	
èr 二	(L5-2)	fèn 份	(L2-2)
		fèi 費	(L3-1)
		fāshāo 發燒	(L4-1)
		fēn 分	(L5-1)
		fǎnyìng 反應	(L6-2)
		fènglísū 鳳梨酥	(L7-2)
		fēn 分	(L8-1)

G		H	
gāoxìng 高興	(L1-1)	hǎo 好	(L1-1)
gōngchǎng 工廠	(L1-1)	hěn 很	(L1-1)
gōngsī 公司	(L1-2)	huānyíng 歡迎	(L1-1)
ge 個	(L1-2)	Húzhìmíng Shì 胡志明市	(L1-1)
guāndiào 關掉	(L2-1)	hǎo 好	(L1-1)
gēn 跟	(L2-2)	Huáyǔ 華語	(L1-2)
gǎnhuò 趕貨	(L3-1)	huài 壞	(L2-1)
gǎn 趕	(L3-2)	háishì 還是	(L2-1)
gāng 剛	(L5-2)	hái 還	(L2-2)
guīdìng 規定	(L5-2)	huò 貨	(L3-2)
guǎngbò 廣播	(L6-1)	huì 會	(L5-1)
gèwèi 各位	(L8-1)	hěn 很	(L5-2)
gē 歌	(L8-1)	hòumiàn 後面	(L6-2)
gēhòu 歌后	(L8-1)	háizi 孩子	(L7-2)

| | | hóngbāo 紅包 | (L8-1) |
| | | hǎoyùn 好運 | (L8-1) |

I		**J**	
		jǐ 幾	(L1-2)
		jīqì 機器	(L2-1)
		jiù 就	(L2-2)
		jīntiān 今天	(L3-1)
		jiābān 加班	(L3-1)
		jiàdān 假單	(L4-1)
		jiù 就	(L5-2)
		jiǎngjīn 獎金	(L5-2)
		jiào 叫	(L6-2)
		jiǎnchá 檢查	(L6-2)
		jiā 家	(L6-2)
		jiùshì 就是	(L6-2)
		jīnzhǐ 金紙	(L7-1)
		jiérì 節日	(L7-2)
		jīnnián 今年	(L8-1)
		jìng 敬	(L8-1)
		jiē 接	(L8-1)

K		**L**	
kàn 看	(L1-1)	lái 來	(L1-1)
kāi 開	(L2-1)	le 了	(L1-2)
kāihuì 開會	(L2-2)	liǎng 兩	(L1-2)
kāfēi 咖啡	(L2-2)	lèi 累	(L3-1)
kěshì 可是	(L3-1)	lù shàng 路上	(L5-1)
kǎojī 考績	(L5-2)	líkāi 離開	(L6-1)
kěyǐ 可以	(L5-2)	língbān 領班	(L6-2)
kǎ 卡	(L6-1)	lǎobǎn 老闆	(L7-1)
kuài 快	(L6-2)	láibīn 來賓	(L8-1)
kāixīn 開心	(L7-2)		
kuàilè 快樂	(L7-2)		
kāishǐ 開始	(L8-1)		

M		N	
mǎshàng 馬上	(L2-1)	nín 您	(L1-1)
míngtiān 明天	(L2-2)	nǐmen 你們	(L1-1)
ma 嗎	(L2-2)	nǎlǐ 哪裡	(L1-1 補)
máng 忙	(L3-1)	nǐ 你	(L1-2)
měi 每	(L3-2)	nián 年	(L1-2)
méi 沒	(L3-2)	nǎ 哪	(L1-2)
máfán 麻煩	(L3-2)	nǚér 女兒	(L4-1)
mén 門	(L5-1)	néng 能	(L5-1)
méiguānxi 沒關係	(L7-1)	Ń 嗯	(L7-2)
mǎi 買	(L7-2)		

O		P	
		pài 派	(L6-2)
		píng'an 平安	(L7-1)
		péi 陪	(L7-2)

Q		R	
qù 去	(L1-1)	rènshi 認識	(L1-1)
qǐng 請	(L2-2)	rén 人	(L2-1)
qián 錢	(L3-1)	rúguǒ 如果	(L5-2)
qǐngjià 請假	(L4-1)	rènzhēn 認真	(L5-2)
qǐhuǒ 起火	(L6-2)		
qiánmiàn 前面	(L6-2)		
qínggē 情歌	(L8-1)		

S		T	
shì 是	(L1-1)	tā 他	(L1-1 補)
shéi 誰	(L1-1 補)	Tāiwān 台灣	(L1-1 補)
shēngchǎn bù 生產部	(L1-2)	tóuyǐngjī 投影機	(L1-1 補)
shéme 什麼	(L2-1)	tiāntiān 天天	(L1-1 補)
shí 十	(L2-2)	tīng 聽	(L2-2)
shēnqǐng 申請	(L2-2)	tíngdiàn 停電	(L6-1)
shàngbān 上班	(L3-1)	tízǎo 提早	(L6-1)

shì 事	(L4-2)	tīngshuō 聽說		(L6-2)
shìjià 事假	(L4-2)	tōngbào 通報		(L6-2)
sāichē 塞車	(L5-1)	Tǔdìgōng 土地公		(L7-1)
shuō 說	(L5-2)	tāmen 他們		(L7-2)
suíbiàn 隨便	(L5-2)	tí 提		(L7-2)
shàngwǔ 上午	(L6-1)	tuánjù 團聚		
shuǐguǒ 水果	(L7-1)	tiánmìmì 甜蜜蜜		(L7-2)
shǎng 賞	(L7-2)			(L8-1)
shíjiān 時間	(L8-1)			
shēn 深	(L8-1)			
shǒu 首	(L8-1)			
sòng 送	(L8-1)			

U		V	

W		X	
wǒ 我	(L1-1)	xiànzài 現在	(L1-2)
wǒmen 我們	(L1-1)	xièxie 謝謝	(L1-2)
wǎn 晚	(L3-1)	xiān 先	(L2-1)
wàngjì 旺季	(L3-2)	xiūlǐ 修理	(L2-1)
wa 哇	(L7-2)	xiàwǔ 下午	(L3-1)
wán 玩	(L7-2)	xiàbān 下班	(L3-1)
wánjù 玩具	(L7-2)	xīnkǔ 辛苦	(L3-2)
wěiyá 尾牙	(L8-1)	xīngqí 星期	(L3-2)
wèn 問	(L8-1)	xiě 寫	(L4-1)
wàn 萬	(L8-1)	xīngqítiān 星期天	(L6-1)
		xìnghǎo 幸好	(L6-2)
		xiāng 香	(L7-1)
		xiāngyān 香菸	(L7-1)
		xīnyì 心意	(L7-1)
		xiāng 香	(L7-2)
		xīwàng 希望	(L7-2)
		xīnkǔ 辛苦	(L8-1)
		xiàlái 下來	(L8-1)

Y		Z	
yíxià 一下	(L1-1)	zhǔrèn 主任	(L1-1)
Yuènán 越南	(L1-1 補)	zǔzhǎng 組長	(L1-1)
yǐjīng 已經	(L1-2)	zǒu 走	(L1-1)
yào 要	(L2-2)	zuò sheme 做什麼	(L1-1 補)
yǐngyìn 影印	(L2-2)	zěnmeyàng 怎麼樣	(L1-1 補)
yòng 用	(L2-2)	zài 在	(L1-2)
yǒu 有	(L3-1)	zhēn 真	(L1-2)
yuèdǐ 月底	(L3-2)	zuò 做	(L2-1)
yǐhòu 以後	(L5-1)	zài 再	(L2-1)
yě 也	(L5-2)	zhǎo 找	(L2-1)
yīnwèi 因為	(L6-1)	zīliào 資料	(L2-2)
yǐqián 以前	(L6-1)	zhǔnbèi 準備	(L2-2)
yuángōng 員工	(L6-2)	zuótiān 昨天	(L3-1)
yǐnliào 飲料	(L7-1)	zuìjìn 最近	(L3-1)
yídìng 一定	(L7-1)	zhuàn 賺	(L3-1)
yuèbǐng 月餅	(L7-2)	zhǔnshí 準時	(L5-1)
yǒumíng 有名	(L7-2)	zhè 這	(L5-2)
yuè 月	(L7-2)	zhùyì 注意	(L5-2)
yuán 圓	(L7-2)	zhīdào 知道	(L5-2)
yèjī 業績	(L8-1)	zhǐ 只	(L7-1)
		zuì 最	(L7-1)
		zhòngyào 重要	(L7-1)
		Zhōngqiū Jié 中秋節	(L7-2)
		Zhōngguó 中國	(L7-2)
		zhǎngshēng gǔlì 掌聲鼓勵	(L8-1)

越南台商工廠用語： Từ ngữ dùng trong công xưởng

中文	漢語拼音	越南文	備註
軟墊	ruǎn diàn	tấm đệm mềm	
鞋子	xiézi	giày	
模型	móxíng	mô hình	
報表	bàobiǎo	bảng biểu	
塑膠	sùjiāo	nhựa	
人事部	rénshì bù	Phòng Nhân sự	
部門	bùmén	Phòng/ Ban	
主管	zhǔguǎn	chủ quản	
主任	zhǔrèn	chủ nhiệm	
秘書	mìshū	thư ký	
經理	jīnglǐ	giám đốc	
總經理	zǒngjīnglǐ	tổng giám đốc	
組長	zǔzhǎng	tổ trưởng	
滅火器	mièhuǒqì	bình cứu hỏa	
牆上標語	qiáng shàng biāoyǔ	khẩu hiệu trên tường	
小心	xiǎoxīn	cẩn thận	
請勿觸碰	qǐng wù chù pèng	không được chạm vào	
牆上圖案的意思	qiáng shàng tú'àn de yìsi	ý nghĩa hình vẽ trên tường	
印刷	yìnshuā	in, in ấn	
於塑膠膜上印刷客戶所需圖樣	Yú sùjiāo mó shàng yìnshuā kèhù suǒ xū túyàng	In lên nhựa ni long hình vẽ khách hàng yêu cầu	
檢品	jiǎn pǐn	kiểm tra sản phẩm	
檢查印刷完畢,薄模是否有不良的圖案	jiǎnchá yìnshuā wánbì, báomó shìfǒu yǒu bùliáng de tú'àn	sau khi in xong kiểm tra nội dung có đạt chất lượng hay không	
淋膜	línmó	tráng phủ lớp màng	
將塑膠粒加熱溶化成液態,淋在印刷完畢的薄膜上	jiāng sùjiāolì jiārè rónghuà chéng yètài, lín zài yìnshuā wánbì de bómó shàng	làm hạt nhựa tan chảy, sau đó tráng phủ lên bề mặt sản phẩm đã in	

貼合	tiē hé	dán ép	
將印刷完畢、淋膜完畢之半成品,使用膠水複合另一種薄膜	jiāng yìnshuā wánbì、línmó wánbì zhī bànchéngpǐn, shǐyòng jiāoshuǐ fùhé lìng yī zhǒng bómó	sản phẩm sau khi in hoặc sau khi tráng phủ lớp PE, dùng keo dán để dán thêm một lớp màng mỏng	
裁切(分條)	cáiqiè (fēntiáo)	Cắt chia	
將上述過程製作完畢之成品,分條成客戶所需的尺寸	jiāng shàngshù guòchéng zhìzuò wánbì zhī chéngpǐn, fēntiáo chéng kèhù suǒ xū de chǐcùn	Sản phẩm sau khi hoàn thiện theo quy trình trên thì chia cắt theo kích thước khách hàng yêu cầu	
覆捲	fùjuǎn	cuốn lại	
分條完畢,米數不夠的／不良品去除後的成品,覆捲成客戶所需的米數	fēntiáo wánbì, mǐ-shù bú gòu de / bùliángpǐn qùchú hòu de chéngpǐn, fùjuǎn chéng kèhù suǒ xū de mǐ-shù	Sau khi loại bỏ các sản phẩm kích thước không đủ hoặc không đạt chất lượng, thành phẩm được cuộn lại theo độ dài khách hàng yêu cầu	
製袋	zhì dài	làm túi	
將成品製作成袋子	jiāng chéngpǐn zhìzuò chéng dàizi	Sản phẩm thành phẩm được làm thành túi	
吹膜	chuī mó	thổi màng thành hình	
將塑膠粒溶化,製成薄膜	jiāng sùjiāolì rónghuà, zhìchéng bómó	Làm tan chảy các hạt nhựa rồi cán thành các tấm màng mỏng	
包袋	bāo dài	túi, bao	
將成品包裝入庫	jiāng chéngpǐn bāozhuāng rùkù	đóng gói sản phẩm sau đó nhập vào kho	
塑膠粒	sùjiāolì	hạt nhựa	
膠水	jiāoshuǐ	keo	
薄膜	bómó	màng mỏng	
膠帶	jiāodài	băng keo	
溶劑	róngjì	dung môi (dung dịch hòa tan)	
油墨	yóumò	mực in	
會計	kuàijì	Kế toán	
總務	zǒngwù	Phòng hành chính tổng hợp	
收發	shōufā	gửi và nhận	

採購	cǎigòu	mua	
業務	yèwù	nghiệp vụ	
廠務	chǎngwù	nghiệp vụ trong nhà xưởng	
倉庫	cāngkù	kho, nhà kho, kho chứa	
品管	pǐn-guǎn	quản lí sản phẩm	
水電工	shuǐdiàngōng	thợ điện nước	
維修	wéixiū	sửa chữa	
成品	chéngpǐn	sản phẩm thành phẩm	
半成品	bànchéngpǐn	bán thành phẩm	
庫存	kùcún	tồn kho	
入庫	rù kù	nhập kho	
盤點	pándiǎn	kiểm kê	
堆高機	duīgāojī	xe nâng hàng	
棧版	zhànbǎn	tấm kê hàng	
貨櫃	huòguì	thùng chứa, container (越南人直接用英文 container)	
出口	chūkǒu	lối ra, xuất khẩu	
入口	rùkǒu	lối vào	
出貨	chū huò	xuất hàng	
退貨	tuì huò	trả lại hàng	
司機	sījī	tài xế, người lái xe	
保養	bǎoyǎng	bảo trì bảo dưỡng	
原物料	yuán wùliào	nguyên liệu	
裝／卸貨櫃	zhuāng/xiè huòguì	chất/dỡ hàng	
總裁	zǒngcái	tổng giám đốc tài chính	
廠長	chǎngzhǎng	giám đốc nhà máy, xưởng trưởng	
課長	kèzhǎng	trưởng bộ phận	
互相點頭	hùxiāng diǎntóu	cùng cúi đầu, gật đầu (khi chào nhau)	
7月2日要上課	7 yuè 2 rì yào shàngkè	ngày 2 tháng 7 phải lên lớp	
請總經理簽名、蓋章	qǐngzǒngjīnglǐ qiānmíng, gàizhāng	xin tổng giám đốc ký và đóng dấu	
吃飯	chīfàn	ăn cơm	
休息	xiūxí	nghỉ ngơi	
早上點名	zǎoshang diǎnmíng	điểm danh buổi sáng	
用車申請單	yòng chē shēnqǐng dān	đơn xin sử dụng xe	

支出證明單	zhīchū zhèngmíngdān	hóa đơn/chứng từ chi phí	
預支申請單	yùzhī shēnqǐngdān	đơn xin tạm ứng trước	
請購單	qǐnggòudān	đơn xin mua hàng	
外出放行單	wàichūfàngxíngdān	đơn xin đi công tác	
物品攜帶放行單	wùpǐn xīdàifàngxíng dān	đơn xin đem theo vật phẩm	
設備保養維修申請單	shèbèi bǎoyǎng wéixiū shēnqǐngdān	đơn xin bảo trì sửa chữa thiết bị	
治具	zhìjù	dụng cụ cố định	
檢具	jiǎnjù	dụng cụ đo kiểm tra	
ISO 認證	ISO rènzhèng	chứng chỉ ISO	
品質政策	pǐnzhí zhèngcè	chính sách chất lượng	
堅持品質	jiānchí pǐnzhí	tuân thủ chất lượng	
提高技術	tígāo jìshù	nâng cao kỹ năng tay nghề	
持續改善	chíxù gǎishàn	liên tục cải tiến nâng cấp	
客戶滿意	kèhù mǎnyì	khách hàng hài lòng	
鋁棒	lǚbàng	thanh nhôm	
鋁錠	lǚdìng	đinh nhôm	
廢料	fèiliào	phế liệu	
毛料成品	máoliào chéngpǐn	sản phẩm từ lông	
烤漆成品	kǎoqī chéngpǐn	sản phẩm phun sơn chịu nhiệt	
木紋烤漆成品	mùwén kǎoqī chéngpǐn	sản phẩm phun sơn chịu nhiệt vân gỗ	
陽極成品	yángjí chéngpǐn	sản phẩm mạ	
整理	zhěnglǐ	tổng hợp, sắp xếp	
整頓	zhěngdùn	chỉnh đốn	
清潔	qīngjié	làm sạch	
清掃	qīngsǎo	quét dọn sạch sẽ	
教養	jiàoyǎng	giáo dục	
原料入庫單	yuánliào rùkùdān	Đơn nhập kho nguyên liệu	
領料單	lǐngliàodān	Đơn lĩnh hàng	
再製品移轉單	zàizhìpǐn yízhuǎndān	đơn chuyển nhượng sản phẩm tái chế	
委外加工單	wěi-wài jiāgōngdān	đơn ủy thác gia công	
PE 袋	PE dài	túi nhựa PE	

釀語言10　PD0021

職場華語通
　　　　——越南人學華語

作　　　者	文藻外語大學　應用華語文系
內容審訂	劉秀芝
編輯委員	王季香　向麗頻　廖南雁　廖淑慧　趙靜雅
助理編輯	陳姿吟　鄺慧豐
越文翻譯審訂	阮清廉
越文翻譯	黃氏白菊
校　　對	阮靖芳　石玫婷
圖文排版	廖淑慧　王筱晴
封面設計	陳佩蓉

出版策劃	釀出版
製作發行	秀威資訊科技股份有限公司
	114 台北市內湖區瑞光路76巷65號1樓
	電話：+886-2-2796-3638　傳真：+886-2-2796-1377
	服務信箱：service@showwe.com.tw
	http://www.showwe.com.tw
郵政劃撥	19563868　戶名：秀威資訊科技股份有限公司
展售門市	國家書店【松江門市】
	104 台北市中山區松江路209號1樓
	電話：+886-2-2518-0207　傳真：+886-2-2518-0778
網路訂購	秀威網路書店：http://www.bodbooks.com.tw
	國家網路書店：http://www.govbooks.com.tw
法律顧問	毛國樑　律師
總經銷	聯合發行股份有限公司
	231新北市新店區寶橋路235巷6弄6號4F
	電話：+886-2-2917-8022　傳真：+886-2-2915-6275

出版日期	2014年6月　BOD一版
定　　價	200元

版權所有・翻印必究（本書如有缺頁、破損或裝訂錯誤，請寄回更換）
Copyright © 2014 by Showwe Information Co., Ltd.
All Rights Reserved

Printed in Taiwan

國家圖書館出版品預行編目

職場華語通：越南人學華語 / 文藻外語大學應用華語文系
著. -- 一版. -- 臺北市：釀出版, 2014. 06
  面；　公分
BOD版
ISBN 978-986-5696-20-7 (平裝)

1. 漢語 2. 職場 3. 讀本

802.86   103009564

讀者回函卡

感謝您購買本書，為提升服務品質，請填妥以下資料，將讀者回函卡直接寄回或傳真本公司，收到您的寶貴意見後，我們會收藏記錄及檢討，謝謝！

如您需要了解本公司最新出版書目、購書優惠或企劃活動，歡迎您上網查詢或下載相關資料：http:// www.showwe.com.tw

您購買的書名：＿＿＿＿＿＿＿＿＿＿＿＿＿＿＿＿＿＿＿＿＿＿

出生日期：＿＿＿＿＿年＿＿＿＿＿月＿＿＿＿＿日

學歷：□高中 (含) 以下　　□大專　　□研究所 (含) 以上

職業：□製造業　□金融業　□資訊業　□軍警　□傳播業　□自由業
　　　□服務業　□公務員　□教職　　□學生　□家管　　□其它＿＿＿

購書地點：□網路書店　□實體書店　□書展　□郵購　□贈閱　□其他

您從何得知本書的消息？

　□網路書店　□實體書店　□網路搜尋　□電子報　□書訊　□雜誌
　□傳播媒體　□親友推薦　□網站推薦　□部落格　□其他＿＿＿＿＿

您對本書的評價：(請填代號　1.非常滿意　2.滿意　3.尚可　4.再改進)

　封面設計＿＿＿　版面編排＿＿＿　內容＿＿＿　文／譯筆＿＿＿　價格＿＿＿

讀完書後您覺得：

　□很有收穫　□有收穫　□收穫不多　□沒收穫

對我們的建議：＿＿＿＿＿＿＿＿＿＿＿＿＿＿＿＿＿＿＿＿＿＿

＿＿＿＿＿＿＿＿＿＿＿＿＿＿＿＿＿＿＿＿＿＿＿＿＿＿＿＿＿＿＿

＿＿＿＿＿＿＿＿＿＿＿＿＿＿＿＿＿＿＿＿＿＿＿＿＿＿＿＿＿＿＿

＿＿＿＿＿＿＿＿＿＿＿＿＿＿＿＿＿＿＿＿＿＿＿＿＿＿＿＿＿＿＿

11466
台北市內湖區瑞光路 76 巷 65 號 1 樓

秀威資訊科技股份有限公司　　　收

BOD 數位出版事業部

⋯⋯⋯⋯⋯⋯⋯⋯⋯⋯⋯⋯⋯⋯⋯⋯⋯⋯⋯⋯⋯⋯⋯⋯⋯⋯

（請沿線對折寄回，謝謝！）

姓　　名：＿＿＿＿＿＿＿＿　年齡：＿＿＿＿　性別：□女　□男

郵遞區號：□□□□□

地　　址：＿＿＿＿＿＿＿＿＿＿＿＿＿＿＿＿＿＿＿＿＿＿＿＿

聯絡電話：(日) ＿＿＿＿＿＿＿＿＿＿＿ (夜) ＿＿＿＿＿＿＿＿＿＿

E - m a i l：＿＿＿＿＿＿＿＿＿＿＿＿＿＿＿＿＿＿＿＿＿＿＿